SHORT ST(in)ORIES
ICELANDIC

Read for pleasure at your level and learn
Icelandic the fun way!

OLLY RICHARDS

Series Editor
Rebecca Moeller

Development Editor
Hildur Jónsdóttir

First published in Great Britain in 2020 by John Murray Learning, an imprint of
Hodder & Stoughton. An Hachette UK company.

Paperback ISBN: 978 1 529 30299 8
Ebook ISBN: 978 1 529 30300 1

1

Cover image © Paul Thurlby
Illustrations by D'Avila Illustration Agency / Stephen Johnson
Typeset by Integra Software Services Pvt. Ltd., Pondicherry, India
Printed and bound in Great Britain by Clays Ltd, Elcograf S.p.A.

Carmelite House
50 Victoria Embankment
London EC4Y 0DZ
www.johnmurraypress.co.uk

Contents

Don't forget the audio!

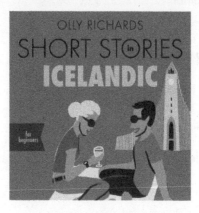

Listening to the story read aloud is a great way to improve your pronunciation and overall comprehension. So, don't forget – download it today!

The audio that accompanies this course is available to purchase from the Language Readers app and from readers.teachyourself.com.

Use **audio50** at readers.teachyourself.com/redeem for 50% off any purchase.

About the Author

Olly Richards, author of the *Teach Yourself Foreign Language Graded Readers* series, speaks eight languages and is the man behind the popular language learning blog: *I Will Teach You a Language*.

Olly started learning his first foreign language at age 19, when he bought a one-way ticket to Paris. With no exposure to languages growing up, and no special talent to speak of, Olly had to figure out how to learn a foreign language from scratch.

Fifteen years later, Olly holds a master's degree in TESOL from Aston University as well as Cambridge CELTA and Delta. He has studied several languages and become an expert in language learning techniques. He also collaborates with organizations such as the Open University and the European Commission, and is a regular speaker at international language events and in-person workshops.

Olly started the *I Will Teach You a Language* blog in 2013 to document his latest language learning experiments. His useful language learning tips have transformed the blog into one of the most popular language learning resources on the web. Olly has always advocated that reading is one of the best ways to improve your language skills and he has now applied his expertise to create the *Teach Yourself Foreign Language Graded Readers* series. He hopes that *Short Stories in Icelandic for Beginners* will help you in your language studies!

For more information about Olly and his blog, go to www.iwillteachyoualanguage.com.

For more information about other readers in this series, go to readers.teachyourself.com.

Introduction

Reading in a foreign language is one of the most effective ways for you to improve language skills and expand vocabulary. However, it can sometimes be difficult to find engaging reading materials at an appropriate level that provide a feeling of achievement and a sense of progress. Most books and articles written for native speakers can be too long and difficult to understand or may have very high-level vocabulary so that you feel overwhelmed and give up. If these problems sound familiar, then this book is for you!

Short Stories in Icelandic for Beginners is a collection of eight unconventional and entertaining short stories that are designed to help high-beginner to low-intermediate-level Icelandic learners* improve their language skills. These short stories have been designed to create a supportive reading environment by including:

➤ **Rich linguistic content in different genres** to keep you entertained and expose you to a variety of word forms.

---

* Common European Framework of Reference (CEFR) levels A2–B1.

- ➤ **Interesting illustrations** to introduce the story content and help you understand what happens.
- ➤ **Shorter stories broken into chapters** to give you the satisfaction of finishing the stories and progressing quickly.
- ➤ **Texts written at your level** so they are more easily comprehended and not overwhelming.
- ➤ **Special learning aids** to help support your understanding including:
    - ✦ *Summaries* to give you regular overviews of plot progression.
    - ✦ *Vocabulary lists* to help you understand unfamiliar words more easily. These words are bolded in the story and translated after each chapter.
    - ✦ *Comprehension questions* to test your understanding of key events and to encourage you to read in more detail.

So perhaps you are new to Icelandic and looking for an entertaining way to learn, or maybe you have been learning for a while and simply want to enjoy reading and expand your vocabulary, either way, this book is the biggest step forward you will take in your studies this year. *Short Stories in Icelandic for Beginners* will give you all the support you need, so sit back, relax, and let your imagination run wild as you are transported to a magical world of adventure, mystery and intrigue – in Icelandic!

How to Read Effectively

Reading is a complex skill. In our first languages, we employ a variety of micro-skills to help us read. For example, we might skim a particular passage in order to understand the general idea, or gist. Or we might scan through multiple pages of a train timetable looking for a particular time or place. While these micro-skills are second nature when reading in our first languages, when it comes to reading in a foreign language, research suggests that we often abandon most of these reading skills. In a foreign language we usually start at the beginning of a text and try to understand every single word. Inevitably, we come across unknown or difficult words and quickly get frustrated with our lack of understanding.

One of the main benefits of reading in a foreign language is that you gain exposure to large amounts of words and expressions used naturally. This kind of reading for pleasure in order to learn a language is generally known as 'extensive reading'. It is very different from reading a textbook in which dialogues or texts are meant to be read in detail with the aim of understanding every word. That kind of reading to reach specific learning aims or do tasks is referred to as 'intensive reading'. To put it another way, the intensive reading in textbooks usually helps you with grammar rules and specific vocabulary, whereas reading stories extensively helps show you natural language in use.

While you may have started your language learning journey using only textbooks, *Short Stories in Icelandic for Beginners* will now provide you with opportunities to learn more about natural Icelandic language in use. Here are a few suggestions to keep in mind when reading the stories in this book in order to learn the most from them:

➤ **Enjoyment and a sense of achievement when reading is vitally important.** Enjoying what you read keeps you coming back for more. The best way to enjoy reading stories and feel a sense of achievement is by reading each story from beginning to end. Consequently, reaching the end of a story is the most important thing. It is actually more important than understanding every word in it!

➤ **The more you read, the more you learn.** By reading longer texts for enjoyment, you will quickly build up an understanding of how Icelandic works. But remember: in order to take full advantage of the benefits of extensive reading, you have to actually read a large enough volume in the first place! Reading a couple of pages here and there may teach you a few new words, but won't be enough to make a real impact on the overall level of your Icelandic.

➤ **You must accept that you won't understand everything you read in a story.** This is probably the most important point of all! Always remember that it is completely normal that you do not understand all the words or sentences. It doesn't mean that your language level is flawed or that you are not doing well.

It means that you're engaged in the process of learning. So, what should you do when you don't understand a word? Here are a few steps:

1. Look at the word and see if it is familiar in any way. Remember to look for vocabulary elements from your first language that may be familiar. Take a guess – you might surprise yourself!
2. Re-read the sentence that contains the unknown word several times. Use the context of that sentence, and the rest of the story, to try to guess what the unknown word might mean.
3. Think about whether or not the word might be a different form of a word you know. For example, you might encounter a verb that you know, but it has been conjugated in a different or unfamiliar way:

að tala – to speak
hann/hún talaði – he/she spoke
hann/hún var að tala – he/she was speaking

You may not be familiar with the particular form used, but ask yourself: *Can I still understand the gist of what's going on?* Usually, if you have managed to recognise the main verb, that is enough. Instead of getting frustrated, simply notice how the verb is being used, and carry on reading. Recognizing different forms of words will come intuitively over time.

4. Make a note of the unknown word in a notebook and check the meaning later. You can review these words over time to make them part of your active vocabulary. If you simply must know the meaning of a bolded word, you can look it up in the vocabulary list at the end of the chapter, in the glossary at the back of the book or use a dictionary. However, this should be your last resort.

These suggestions are designed to train you to handle reading in Icelandic independently and without help. The more you can develop this skill, the better you'll be able to read. Remember: learning to be comfortable with the ambiguity you may encounter while reading a foreign language is the most powerful skill that will help you become an independent and resilient learner of Icelandic!

The Six-Step Reading Process

In order to get the most from reading *Short Stories in Icelandic for Beginners*, it will be best for you to follow this simple six-step reading process for each chapter of the stories:

① Look at the illustration and read the chapter title. Think about what the story might be about. Then read the chapter all the way through. Your aim is simply to reach the end of the chapter. Therefore, *do not stop to look up words and do not worry if there are things you do not understand*. Simply try to follow the plot.

② When you reach the end of the chapter, read the short summary of the plot to see if you have understood what has happened. If you find this difficult, do not worry. You will improve with each chapter.

③ Go back and read the same chapter again. If you like, you can focus more on story details than before, but otherwise simply read it through one more time.

④ When you reach the end of the chapter for the second time, read the summary again and review the vocabulary list. If you are unsure about the meanings of any words in the vocabulary list, scan through the text to find them in the story and examine them in context. This will help you better understand the words.

⑤ Next, work through the comprehension questions to check your understanding of key events in the story. If you do not get them all correct, do not worry, simply answering the questions will help you better understand the story.

⑥ At this point, you should have some understanding of the main events of the chapter. If not, you may wish to re-read the chapter a few times using the vocabulary list to check unknown words and phrases until you feel confident. Once you are ready and confident that you understand what has happened – whether it's after one reading of the chapter or several – move on to the next chapter and continue enjoying the story at your own pace, just as you would any other book.

Only once you have completed a story in its entirety should you consider going back and studying the story language in more depth if you wish. Or instead of worrying about understanding everything, take time to focus on all that you *have* understood and congratulate yourself for all that you have done so far! Remember: the biggest benefits you will derive from this book will come from reading story after story through from beginning to end. If you can do that, you will be on your way to reading effectively in Icelandic!

Klikkaða kjötsúpan

Kafli 1 – Fyrir brottför

„Daníel, ég er komin!" kallar Júlía. Hún er við
útidyrnar að húsinu.

„Hvað viltu, Júlía?" svara ég.

„Við erum að fara til Íslands í dag! Þú mundir eftir
því, er það ekki?"

„Auðvitað gerði ég það. Ég er að pakka." kalla ég.

Ég heiti Daníel. Ég er 24 ára gamall. Júlía er systir
mín. Hún er 23 ára. Við erum bæði í háskóla. Við
búum saman í húsi í Lundúnum. Foreldrar okkar
heita Artúr og Sara Bell.

Júlía og ég erum að undirbúa okkur fyrir ferðalag.
Við erum að fara til Reykjavíkur á Íslandi. Við erum
bæði að taka háskólagráðu í íslensku. Við kunnum
nú þegar heilmikið í tungumálinu, en við viljum læra
meira. Við ætlum að vera **skiptinemar** á þessari
námsönn.

Ég er hávaxinn, um 1,83 metrar á hæð. Ég er með
frekar sítt brúnt hár. Ég er með græn augu og breiðan
munn. Ég er sterklega vaxinn. Ég er með sterka
fótleggi af því að ég æfi svo oft tennis. Ég er líka mjög
góður í körfubolta.

Júlía systir mín er líka með brúnt hár. Hárið á henni er síðara en mitt. Hún er ekki með græn augu. Hún er með brún augu eins og pabbi minn. Ég er með sama augnlit og mamma mín.

Báðir foreldrar mínir vinna úti. Pabbi minn er **rafvirki**. Hann vinnur fyrir stórt rafmagnsfyrirtæki. Mamma mín er rithöfundur. Hún rekur líka fyrirtæki. Það selur **vísindaskáldsögur**.

Foreldrar mínir eru frábærir. Þau hjálpa okkur alltaf að **ná markmiðum** okkar. Þau tala bæði góða íslensku. Þau tala oft við okkur á íslensku. Það hjálpar Júlíu og mér að æfa okkur. Þau hvöttu okkur mikið til að verða skiptinemar. Við erum að fara til Íslands í dag.

Pabbi minn kemur inn í herbergið mitt. Hann lítur undrandi á mig. Hvers vegna? Vegna þess að ég er ekki búinn að klæða mig. „Daníel! Af hverju ertu ekki búinn að klæða þig?" spyr pabbi.

„Klæða mig? Ég var að fara á fætur. Ég fór í **sturtu** fyrir fimm mínútum. Ég er ekki einu sinni orðinn þurr ennþá!"

„Drífðu þig! Við höfum ekki mikinn tíma. Ég vil fara með ykkur á **flugvöllinn**. En þarf líka að komast í vinnuna."

„Engar áhyggjur, pabbi. Ég er að klæða mig núna."

„Hvar er systir þín?"

„Hún er í herberginu sínu."

Pabbi minn fer inn í herbergi systur minnar. Hann vill tala við hana. Hann fer inn og Júlía horfir á hann. „Ó, halló pabbi. Vantar þig eitthvað?" spyr Júlía.

„Já. Bróðir þinn er að klæða sig. Hérna." Pabbi minn réttir Júlíu **seðlabúnt**. „Ég vil að þið bæði fáið þetta."

Júlía er hissa. „Pabbi! Þetta eru miklir peningar!" segir hún.

„Mamma þín og ég höfum sparað þessa peninga. Við viljum borga fyrir hluta af ferðinni ykkar til Íslands."

„Takk pabbi!" segir systir mín. „Þetta á eftir að hjálpa okkur mikið. Ég ætla að láta Daníel vita!"

Júlía snýr sér við til að fara. Hún rekst næstum á mig. Hún og pabbi tóku ekki eftir því að ég var að koma inn. Pabbi minn sér mig. „Ó Daníel, þú ert mættur!" segir hann. „Og kominn í fötin! Frábært!"

Pabbi minn bendir á peningana. „Þessir peningar eru handa ykkur tveimur. Þeir eru til þess að hjálpa ykkur með ferðina."

„Takk pabbi. Þetta mun hjálpa okkur mjög mikið," svara ég.

Júlía brosir.

„Núna verðum við að **taka okkur til**," segir pabbi. „Við verðum að fara af stað á flugvöllinn! **Drífum okkur**!"

Skömmu eftir að við erum búin að borða förum við af stað. Við **stefnum á** flugvöllinn í bíl mömmu. Júlía er mjög **kvíðin**. „Júlía," segir mamma. „Er allt í lagi?"

„Ég er mjög kvíðin," svarar Júlía.

„Hvers vegna?"

„Ég þekki engan á Íslandi. Ég á bara eftir að þekkja Daníel."

„Ekki hafa áhyggjur," svarar mamma. „Það er fullt af mjög góðu fólki í Reykjavík. Sérstaklega Andri, vinur Daníels."

„Já, mamma. Ég er viss um að það er rétt hjá þér. En ég er samt kvíðin... Hvað ef eitthvað kemur fyrir?"

„Þetta verður allt í lagi," segir pabbi.

Á flugvellinum er fullt af fólki að **innrita** sig. Margir eru að ferðast vegna vinnu. Sumir eru að ferðast sér til skemmtunar. Ég fer til Júlíu. Ég spyr hana, „Ertu **rólegri** núna?"

„Já, Daníel. Ég var virkilega kvíðin í bílnum."

„Já, ég veit. En það á allt eftir að verða í lagi. Vinur minn, Andri, er mjög fínn. Hann hjálpar oft skiptinemum eins og okkur."

Foreldrar okkar **faðma** okkur hlýlega. Við veifum í kveðjuskyni þegar Júlía og ég förum. „Við elskum ykkur bæði!" kalla þau. Þetta er það síðasta sem við heyrum. Klukkutíma seinna **fer** flugvélin okkar **á loft**. Við erum á leiðinni til Reykjavíkur!

Kafli 1 Upprifjun

Samantekt

Daníel og Júlía eru nemendur. Þau búa í Lundúnum. Þau læra íslensku í háskóla. Þau eru að fara til Íslands í dag. Þau verða skiptinemar í Reykjavík. Foreldrar þeirra fara með þau á flugvöllinn. Júlía er kvíðin í bílnum. Hún verður róleg á flugvellinum. Hún og Daníel fara af stað til Íslands.

Orðaforði

skiptinemi (*m.*) exchange student

rafvirki (*m.*) electrician

vísindaskáldsaga (*f.*) science fiction novel

ná to reach

markmið (*n.*) goal

sturta (*f.*) shower

flugvöllur (*m.*) airport

seðlabúnt (*n.*) pile of paper money

taka sig til to get ready

drífa sig to come on, to get a move on

stefna á to head for

kvíðinn (*adj.*) anxious, worried

innrita (í flug) to check in

rólegur (*adj.*) feeling calm, comfortable

faðma to hug, to embrace

fara á loft to take off

Skilningsspurningar

Veljið aðeins eitt svar við hverri spurningu.

1) Daníel og Júlía búa í _____.
   a. sama húsinu í Lundúnum
   b. hvort í sínu húsinu í Lundúnum
   c. sama húsinu í Reykjavík
   d. hvort í sínu húsinu í Reykjavík

2) Foreldrar Daníels og Júlíu _____.
   a. tala íslensku, en nota hana ekki til að æfa með
      börnunum
   b. tala íslensku og æfa hana með börnunum
   c. tala ekki íslensku
   d. búa ekki í Lundúnum

3) Pabbi Daníels og Júlíu gefur þeim gjöf til að taka með í
   ferðina. Hvað er það?
   a. bíll
   b. ferð á flugvöllinn
   c. vísindaskáldsaga
   d. peningar

4) Á leiðinni á flugvöllinn verður Júlía _____.
   a. döpur
   b. glöð
   c. kvíðin
   d. hrædd

5) Á flugvellinum eru _____.
   a. margir vinir Daníels
   b. margir á leið í viðskiptaferð
   c. ekki margir
   d. mörg börn

Kafli 2 – Ísland

Flugvélin okkar lendir í Keflavík. Vinur minn, Andri, bíður eftir okkur á flugvellinum. „Hæ Daníel!" segir hann. Hann faðmar mig hlýlega. „Ég er svo ánægður að sjá þig!"

„Hæ Andri! Frábært að sjá þig!" svara ég.

Andri horfir á systur mína, Júlíu. Ég kynni þau. „Andri, vinur minn, þetta er systir mín, Júlía."

Andri snýr sér að Júlíu. Hann kyssir hana á kinnina. „Hæ Júlía. Gaman að kynnast þér!"

Systir mín er mjög **feimin**. Hún er sérstaklega feimin þegar hún hittir nýtt fólk. „Halló... Andri," segir hún. Hún **roðnar**. Svo **þagnar** hún.

„Systir þín er mjög feimin, er það ekki?" segir Andri við mig brosandi.

„Jú, hún er það, en hún er indæl," segi ég.

Skömmu síðar stefnum við á **íbúð** Andra. Við gistum þar á önninni. Við tökum **leigubíl**. Eftir 45 mínútur erum við komin í miðbæ Reykjavíkur. Leigubíllinn kostar 15 þúsund krónur. Andri segir að það sé venjulegt gjald fyrir þennan hluta borgarinnar. Við borgum fyrir leigubílinn og förum úr honum.

Það er bara stutt ganga að íbúð Andra. Það er júlí og það er mjög heitt. En það er indæll vindur sem kælir okkur.

Við erum komin í íbúðina um tvöleytið. Systir mín og ég erum mjög svöng. „Andri," segi ég. „Hvar getum við borðað?"

„Það eru tvö **veitingahús** á svæðinu."

„Hvers konar mat eru þau með?"

„Annað veitingahúsið, *Klikkaða kjötsúpan*, er með frábæra **kjötsúpu**. Ég mæli mjög mikið með því. Þið getið komist þangað með strætisvagni. Hitt er með mjög góðan fisk. Það er bara í næsta húsi."

„ Júlía, viltu kjötsúpu?" spyr ég systur mína.

„Já! Ég er mjög svöng!" svarar hún.

Andri getur ekki komið með okkur. Hann er kennari og er að fara að kenna. Svo Júlía og ég stefnum á kjötsúpuveitingahúsið. Það er stutt gönguferð á strætisvagna**stöðina**. „Hérna... bíddu, hvaða strætisvagn eigum við að taka á kjötsúpuveitingahúsið?" spyr ég Júlíu.

„Ég veit það ekki..." svarar hún. „Við skulum spyrja." Hún bendir á mann í hvítri skyrtu.

Við göngum til mannsins. Hann brosir. „Halló! Get ég hjálpað ykkur?"

„Góðan daginn. Hvernig komumst við á veitingahúsið *Klikkaða kjötsúpan*?" spyr ég.

„Það er auðvelt! Strætisvagn númer 35 fer í þá átt. Hann fer alveg að veitingahúsinu *Klikkaða kjötsúpan*. Það er hins vegar dálítið vandamál."

„Hvað er það?" spyr ég.

„Þessi strætisvagn er yfirleitt **troðfullur** á þessum tíma dags."

„Ókei. Þakka þér fyrir!" segjum við.

Á meðan við göngum að næstu stoppistöð, tölum Júlía og ég saman. Hún **hefur áhyggjur** af því að taka þennan strætisvagn.

„Daníel," segir hún, „Við skulum bara borða á fiskveitingahúsinu. Það er auðveldara. Ég vil ekki fara í troðfullan strætisvagn."

„Ég veit… en bíddu við! Ég er með hugmynd. Ég tek strætisvagninn á *Klikkuðu kjötsúpuna*. Þú ferð á fiskveitingahúsið."

„Hvers vegna?"

„Vegna þess að þannig getum við borið saman veitingahúsin tvö."

„Ó. Góð hugmynd. Allt í lagi. Njóttu vel! Ég hringi í **farsímann** þinn seinna," kallar hún og gengur í burtu.

Ég fer í næsta strætisvagn og sest. Ég er mjög **þreyttur**. Ég sofna fljótlega. Strætisvagnakerfið í Reykjavík er mjög gott. Ég veit að ég þarf ekki að hafa neinar áhyggjur.

Ég **vakna** dágóðri stundu seinna. Strætisvagninn hefur stoppað. Það er enginn í honum nema bílstjórinn. „Fyrirgefðu," segi ég. „Hvar erum við?"

„Við erum komnir til Akureyrar," svarar hann.

„Hvað segirðu? Akureyrar? Erum við á Akureyri? Hvernig getur það verið?" segi ég.

„Nú, þetta er **hraðrútan**. Hún fer beint frá Reykjavík til Akureyrar," segir hann mér.

Ég trúi þessu ekki. Ég tók vitlausan strætisvagn. En hvað get ég gert?

Ég þakka bílstjóranum fyrir og fer út úr rútunni. Síðan tek ég fram farsímann minn. Ég vil hringja í systur mína, en ég get ekki kveikt á honum. **Rafhlaðan er tóm**! Ég lít á úrið mitt. Klukkan er rétt rúmlega sjö að kvöldi. Systir mín veit ekki hvar ég er. Hún hlýtur að vera mjög áhyggjufull. Ég verð að hafa samband við hana. Ég verð að finna **símaklefa**!

Ég spyr konu á götunni hvar ég geti fundið símaklefa. „Þarna er einn," segir hún og bendir. „Hann er þarna hinum megin."

Ég þakka henni fyrir og stefni í áttina að símaklefanum. En þegar ég er kominn þangað átta ég mig á svolitlu. Símanúmer Júlíu er í farsímanum mínum. Ég get ekki kveikt á farsímanum mínum. Ég er loksins búinn að finna síma, en ég hef ekki númer. Hvað nú?

Ég hugsa málið um stund. Þá átta ég mig á svolitlu. Ég er mjög svangur. Ég hef ekki borðað frá því um morguninn! Ég ákveð að finna veitingahús. Ég get hugsað um vandamálin seinna.

Ég finn veitingahús ofar í götunni. Þjónninn kemur að borðinu mínu. „Góða kvöldið!" segir hann glaðlega.

„Góða kvöldið," svara ég.

„Hvað má bjóða þér?"

Ég skoða **matseðilinn** í flýti. „Mig langar í... kjötsúpu?" segi ég á íslensku.

„Fyrirgefðu? Ég skil þig ekki," svarar hann á íslensku.

Ég reyni aftur. Íslenskan mín getur ekki verið svona slæm. „Hérna... mig langar í kjötsúpu?" Ég bendi

æstur á orðið kjötsúpa á matseðlinum. Síðan segi ég það aftur á ensku.

Þjónninn brosir þá og segir á ensku „Takk. Ég er ekki héðan. Ég er nýr og ég er ekki sérlega góður í íslensku."

Ég fer að hlæja mjög hátt. Margir á veitingahúsinu snúa sér við og stara. Á þessari stundu verð ég **vandræðalegur**. Ég þurfti ekki að hlæja svona hátt. En mér er sama. **Þetta er mér um megn**. Allt þetta ástand er bara of skrýtið! Systir mín og ég vildum saman fá okkur kjötsúpu. Og hér er ég núna, borðandi kjötsúpu – en einn á Akureyri! Og systir mín veit ekki hvar ég er. Það er svo **kaldhæðnislegt**!

Ég klára kvöldmatinn og borga reikninginn. Þá **tekur raunveruleikinn við**. Hvað geri ég nú? Farsíminn minn virkar ekki. Það er símaklefi, en ég er ekki með númer systur minnar. Hvað get ég gert? Þá átta ég mig. Ég get hringt til Lundúna! Ég kann símanúmerið heima hjá mömmu minni og pabba.

Ég fer til baka að símaklefanum. Ég hringi í númer foreldra minna. Það hringir fjórum sinnum. Loksins svarar mamma og segir „Halló?"

„Hæ mamma. Þetta er Daníel."

„Daníel?" segir hún. „Hvað er að frétta? Hvernig er Reykjavík?"

„Hún er fín. Hérna... mamma. Það kom upp dálítið vandamál."

„Hvað er að? Hefur eitthvað slæmt komið fyrir?"

„Nei, ekkert slæmt, mamma. Myndirðu vilja hringja í Júlíu? Segðu henni að ég sé á Akureyri. Og segðu henni að rafhlaðan í farsímanum mínum sé tóm."

„Á Akureyri? Hvað ertu að gera á Akureyri?!"

„Það er löng saga, mamma. Ég segi þér allt um það seinna."

Við kveðjumst. Ég ákveð að fá mér herbergi á hóteli. Ég finn laust herbergi ofar í götunni. Ég get farið til baka til Reykjavíkur á morgun. Einmitt núna þarf ég að sofa.

Ég borga fyrir nóttina í reiðufé. Ég er ekki með nein greiðslukort með mér. Ég fer á herbergið mitt. Ég fer úr fötunum og fer í rúmið. Ég slekk ljósið og fer að sofa. Ég er dauðþreyttur. Þetta var **klikkaður** dagur!

Kafli 2 Upprifjun

Samantekt

Daníel og Júlía koma til Reykjavíkur. Andri, vinur Daníels, tekur á móti þeim á flugvellinum. Þau fara öll í íbúð Andra. Daníel og Júlía eru svöng. Andri bendir þeim á tvö veitingahús. Júlía fer fótgangandi á fiskveitingastað. Daníel tekur strætisvagn á veitingahús með kjötsúpu. Daníel sofnar í strætisvagninum. Hann vaknar á Akureyri! Farsíminn hans virkar ekki. Hann kann ekki símanúmer systur sinnar. Á endanum hringir hann í mömmu sína. Síðan gistir hann á hóteli yfir nóttina.

Orðaforði

feiminn (*adj.*) shy

roðna to blush

þagna to stop talking

íbúð (*f.*) flat, (*Am. Eng.*) apartment

leigubíll (*m.*) taxi, (*Am. Eng.*) cab

veitingahús (*n.*) restaurant

kjötsúpa (*f.*) an Icelandic dish, broth with lamb, root vegetables and potatoes

stöð (*f.*) station

troðfullur (*adj.*) packed, very full

hafa áhyggjur to be not comfortable, to be anxious

farsími (*m.*) mobile phone, (*Am. Eng.*) cell phone

þreyttur (*adj.*) tired

vakna to wake up

hraðrúta (*f.*) express bus

rafhlaða (*f.*) battery

tómur (*adj.*) empty

símaklefi (*m.*) phone box

matseðill (*m.*) menu

æstur (*adj.*) *here:* madly (adv.)

vandræðalegur (*adj.*) embarrassed

að vera (einhverjum) um megn to be too much
(for somebody)

kaldhæðnislegur (*adj.*) ironic

raunveruleikinn tekur við reality sinks in, one begins to
understand the truth of what is happening

klikkaður (*adj.*) crazy

Skilningsspurningar

Veljið aðeins eitt svar við hverri spurningu.

6) Andri er _____.
   a. starfsmaður á flugvelli
   b. vinur foreldra Júlíu og Daníels
   c. vinur Júlíu
   d. vinur Daníels

7) Í Reykjavík er _____.
   a. kalt
   b. heitt
   c. hvorki heitt né kalt
   d. heitt í fjöllunum og kalt við sjóinn

8) Eftir að hafa verið í íbúðinni ætla Júlía og Daníel að
   fara _____.
   a. á veitingahús
   b. í íbúð vinar Andra
   c. í íbúð Andra
   d. til Akureyrar

9) Daníel getur ekki haft samband við systur sína vegna
   þess að _____.
   a. rafhlaðan í farsímanum hans er tóm
   b. hann á enga peninga
   c. það er enginn símaklefi
   d. hann gleymdi farsímanum sínum

10) Daníel er um nóttina _____.
    a. á hóteli í Reykjavík
    b. í rútunni
    c. á hóteli á Akureyri
    d. á flugvellinum

Kafli 3 – Hringvegurinn

Ég vakna snemma og fer í sturtu. Ég panta mat á herbergið mitt. Ég á lítið af peningum eftir núna. En ég er aftur orðinn svangur svo ég nota tímann og nýt matarins.

Eftir það klæði ég mig og fer. Ég sé tímann á klukku á ganginum. Klukkan er tíu að morgni. Ég hugsa um það hvort mamma sé búin að tala við Júlíu. Systir mín er kvíðin manneskja. Ég vona að það sé allt í lagi með hana.

Ég kem niður í **anddyrið** á hótelinu. Þegar ég fer út, stoppa ég og hugsa. Hvernig ætla ég að komast til baka til Reykjavíkur? Ég eyddi mestöllum peningunum mínum í hótelið. Ég veit ekki hvar ég finn banka. Ég get ekki náð í peninga af reikningnum mínum.
Og Júlía er sennilega að bíða eftir mér. Ég þarf að finna **lausn** – fljótvirka!

Þá tek ég eftir tveimur verkamönnum. Þeir eru að bera kassa að **vörubíl**. Á vörubílnum stendur nafn fyrirtækisins. Ég skoða það nánar. Og fer að hlæja mjög hátt. Ég hætti snögglega. Ég vil ekki verða vandræðalegur aftur! Ég trúi því ekki. Á vörubílnum stendur nafn veitingastaðar. Þetta er vörubíll frá veitingahúsinu *Klikkaða kjötsúpan*!

Ég geng að öðrum verkamanninum. „Halló," segi ég.

„Góðan daginn," svarar hann. „Hvað get ég gert fyrir þig?"

„Vinnur þú fyrir þetta veitingahús í Reykjavík?" spyr ég og bendi á nafnið á vörubílnum.

„Nei, ég keyri bara vörubíl," segir maðurinn.

„Kannast þú við veitingahúsið *Klikkaða kjötsúpan*?"

„Já, við förum með **lambakjöt** þangað í hverri viku. Það er fyrir kjötsúpuna þeirra, en ég vinn ekki þar."

Bílstjórinn fer upp í vörubílinn. Allt í einu fæ ég hugmynd! „Afsakaðu mig," segi ég.

„Já?" svarar bílstjórinn.

„Gætirðu tekið mig með til Reykjavíkur?" spyr ég.

„Núna?" segir hann.

„Já," svara ég. „Ég er með lítið af peningum. Ég verð að komast til baka til systur minnar!"

Bílstjórinn stoppar til að hugsa. Síðan svarar hann.

„Allt í lagi, ætli það ekki. Farðu upp í vörubílinn. Sittu á milli **kjötsekkjanna**. Og ekki segja neinum frá!"

„Ég geri það ekki. Þakka þér fyrir," segi ég.

„Ekkert mál," segir hann. Síðan bætir hann við, „Vertu snöggur. Ég þarf að fara núna. Ég má ekki verða of seinn!"

Ég fer inn í vörubílinn að aftan. Ég sest niður á milli tveggja kjötsekkja. Bílstjórinn startar vörubílnum. Við leggjum af stað til Reykjavíkur. Mér finnst þetta frábær hugmynd. Vörubíll fer hraðar en rúta. Ég spara mér tíma með þessu. Og þetta kostar enga peninga. Ég halla mér ánægður aftur til að njóta ferðarinnar.

Það er mjög dimmt aftan í vörubílnum. Ég get ekkert séð. Ég heyri bara í **vél** vörubílsins og bílunum á **hringveginum**. En allt í einu hreyfist eitthvað í vörubílnum. Það er önnur manneskja inni á milli kjötsekkjanna! „Halló?" segi ég.

Þögn.

„Hver er þarna?" spyr ég á ensku.

Meiri þögn. Ég veit að það er einhver þarna. Hann eða hún er inni á milli sekkjanna. Loksins stend ég upp og geng yfir að sekkjunum. Ég verð mjög hissa! Það er gamall maður. Hann er falinn á milli sekkjanna.

„Afsakaðu," segi ég, „en hver ert þú?"

„Láttu mig í friði, gerðu það," svarar maðurinn. Hann talar fullkomna ensku!

„Hvað ertu að gera hér?" spyr ég.

„Ég er á leiðinni til Reykjavíkur."

„Veit bílstjórinn að þú ert hérna?"

„Nei, hann veit það ekki. Ég fór inn í vörubílinn á meðan þú varst að tala við hann."

„Ég skil..." segi ég.

Allt í einu stoppar bílstjórinn. Hann fer út og stefnir að afturhluta vörubílsins. Gamli maðurinn horfir **áhyggjufullur** á mig. „Hvers vegna stoppaði hann?"

„Ég veit það ekki."

Það heyrist hljóð við afturdyrnar.

„Ég þarf að **fela** mig!" segir maðurinn.

Bílstjórinn kemur inn í vörubílinn. Hann sér aðeins mig. Gamli maðurinn er falinn á bak við sekkina.

„Hvað er að gerast hérna inni?" spyr hann mig.

„Ekkert."

„Hvern varstu að tala við?"

„Ég? Engan. Það er enginn annar hérna inni. Sérðu það ekki?"

„Heyrðu. Við erum ekki komnir til Reykjavíkur ennþá. Engan hávaða. Ég vil engin vandræði. Skilurðu?"

„Ég skil," svara ég.

Bílstjórinn lokar dyrunum. Hann fer aftur í bílstjórasætið. Á sama augnabliki kemur gamli maðurinn úr felum á milli sekkjanna. Hann horfir brosandi á mig. „Ég er **heppinn** að hann sá mig ekki!" segir hann.

„Já, það ertu," segi ég. „Svona, segðu mér nú. Hvers vegna ertu að ferðast frá Akureyri til Reykjavíkur í vörubíl?"

„Viltu endilega vita það?"

„Já, auðvitað!"

„Leyfðu mér að segja þér litla sögu."

„Endilega! Þetta er löng ferð."

Gamli maðurinn segir mér söguna sína. „Ég á son, en ég hef aldrei séð hann. Móðir hans og ég vorum saman fyrir mörgum árum. Við **hæfðum** í rauninni ekki hvort öðru. En ég elskaði hana. Eftir það fór ég til Bandaríkjanna. Það var vegna **möguleika** á **starfi**. Mér gekk ekki vel í starfinu. Ég gat ekki komist til baka." Hann þagnaði. Síðan hélt hann áfram. „Hún flutti í burtu. Og ég sá hvorki hana – né son minn – aftur. Fyrir stuttu komst ég að því hvar þau eru."

„Í Reykjavík?"

„Einmitt."

„Hvað er sonur þinn gamall?"

„Hann er 24 ára."
„Hann er á sama aldri og ég!"
Gamli maðurinn hlær. „En sú **tilviljun**!"
„Já, það er satt."

Eftir nokkurra mínútna þögn, stend ég upp til
að **teygja úr mér**. Ég spyr manninn, „Hvað heitir
sonur þinn?"
„Hann heitir Andri. Hann á íbúð í Reykjavík. Hún
er í hverfi nálægt veitingahúsinu *Klikkaða kjötsúpan*.
Þess vegna er ég í þessum vörubíl."

Klikkaða kjötsúpan. Nafnið á vörubílnum og
veitingahúsinu með þessa íslensku kjötsúpu.
Maðurinn í vörubílnum er pabbi vinar míns, Andra.
Ég trúi þessu ekki!

Kafli 3 Upprifjun

Samantekt

Daníel vaknar og borðar á hótelherberginu sínu á Akureyri. Þegar hann fer af hótelinu sér hann vörubíl. Hann tilheyrir veitingahúsinu *Klikkaða kjötsúpan*. Daníel biður bílstjórann að taka sig með til Reykjavíkur. Bílstjórinn segir já. Inni í vörubílnum hittir Daníel gamlan mann. Maðurinn er líka á leiðinni til Reykjavíkur. Hann ætlar að finna son sinn, Andra. Maðurinn er pabbi Andra, vinar Daníels.

Orðaforði

anddyri (*n.*) entrance

lausn (*f.*) solution

vörubíll (*m.*) lorry

lambakjöt (*n.*) lamb meat

kjötsekkur (*m.*) sack, large bag with meat

vél (*f.*) engine

hringvegurinn (*m.*) ring road, route 1 main road around Iceland

þögn (*f.*) silence

áhyggjufullur (*adj.*) worried, anxious

fela to hide

heppinn (*adj.*) lucky

hæfa to match

möguleiki (*m.*) opportunity

starf (*n.*) job

tilviljun (*f.*) coincidence

teygja úr sér to stretch, to move around, usually after being still for a time

Skilningsspurningar

Veljið aðeins eitt svar við hverri spurningu.

11) Daníel vaknaði sennilega í kringum _____.
    a. 10:15
    b. 10:00
    c. 9:00
    d. 12:15

12) Vörubílstjórinn _____.
    a. vinnur á hótelinu
    b. vinnur á veitingahúsinu *Klikkaða kjötsúpan*
    c. vinnur bara sem bílstjóri
    d. vinnur fyrir annað veitingahús

13) Daníel hittir _____ í vörubílnum.
    a. ungan mann
    b. unga konu
    c. annan bílstjóra
    d. gamlan mann

14) Maðurinn í vörubílnum er á leiðinni að _____.
    a. vinna í *Klikkuðu kjötsúpunni*
    b. vinna sem bílstjóri
    c. heimsækja pabba sinn
    d. heimsækja barnið sitt

15) Maðurinn í vörubílnum er _____.
    a. pabbi Daníels
    b. pabbi Andra
    c. mamma Júlíu
    d. mamma Daníels

Kafli 4 – Endurkoma

Maðurinn og ég tölum lítið saman á leiðinni til
Reykjavíkur. Ég nefni það ekki að kannski þekki
ég son hans. Loksins er vörubíllinn kominn að
veitingahúsinu *Klikkaða kjötsúpan*. Bílstjórinn
drepur á vélinni. Gamli maðurinn og ég förum út
um afturdyrnar. Gamli maðurinn felur sig á meðal
fólksins á götunni. Ég þakka bílstjóranum fyrir.
„Ekkert að þakka," segir hann. „Njóttu dagsins!"

Ég sný mér við. Gamli maðurinn er að horfa á
veitingahúsið. Við erum loksins komnir á *Klikkuðu
kjötsúpuna*! Við förum báðir inn. Veitingahúsið er
tómt. Klukkan er þrjú eftir hádegi. Það er of snemmt
fyrir **kvöldmat**.
„Hvað viltu gera?" spyr ég manninn.
„Ég er ekki svangur," svarar hann. „Ég vil fara í
íbúð sonar míns. Viltu koma með mér?"
„Endilega," svara ég.

Gamli maðurinn er með heimilisfang Andra. Við
tökum þegjandi strætó númer 35. Síðan löbbum við í
áttina að íbúð Andra. Ennþá veit hann ekki að Andri
er vinur minn. Andri talar ekki oft um pabba sinn. Ég
veit að Andri og maðurinn hafa aldrei hist.

Á þessari stundu get ég ekki ákveðið mig. Ætti ég að
segja manninum að ég þekki Andra? Ætti ég að þegja

yfir því? Loksins tek ég ákvörðun. Ég læt hann ekki
vita. Ég vil koma honum á óvart þegar þeir hittast.

Við komum að íbúðinni og löbbum í gegnum
anddyrið. „Góðan daginn!" segir **húsvörðurinn**.
„Halló," svörum við.
Gamli maðurinn gengur í áttina að húsverðinum.
Hann ætlar að biðja um númerið á íbúð Andra.
„Ég skal sýna þér hvar hún er," segi ég.

Við tökum **lyftuna** upp á fjórðu hæð. Við förum
út. Við göngum í áttina að dyrunum að íbúðinni.
„Hérna er hún," segi ég gamla manninum.
„Hvernig vissir þú það?" spyr hann.
Loksins gef ég honum skýringu. Ég segi honum að
ég hafi þekkt Andra í mörg ár. Það var bara heppni – eða
örlög – að hann og ég vorum í sama vörubíl. Í fyrstu
trúir hann mér ekki. Síðan tekur hann örlögum sínum.
Hann getur ekki beðið þess að hitta son sinn.

Við hringjum dyrabjöllunni en enginn kemur til
dyra.
„Júlía? Andri?" kalla ég. „Er einhver heima?"
Það sama gerist, enginn svarar. Ég útskýri að systir
mín og ég gistum í íbúðinni. Eftir það tek ég fram
lykilinn minn og opna dyrnar.
„Hvar eru þau?" spyr maðurinn.
„Ég veit það ekki. En þau ættu að koma fljótlega."

Við förum inn í íbúðina. Ég finn **hleðslutækið**
fyrir farsímann minn. Næstu 15 mínúturnar hleð ég
símann. Eftir það hringi ég í systur mína. Sími Júlíu

hringir einu sinni. Hún svarar fljótt. „Daníel! Loksins! Mamma hringdi, en ég hafði svo miklar áhyggjur!"

„Hæ Júlía. Ekki hafa áhyggjur. Það er allt í lagi með mig. Ég er í íbúðinni hans Andra. Ég er hér með manni."

„Hver er það?"

„Nú, það er löng saga. Komdu til baka í íbúðina. Hvar ertu?"

„Ég talaði við mömmu í morgun. Hún sagði mér frá Akureyri. Andri og ég biðum eftir þér alla nóttina! Við fórum bara út í hádegismat. Við erum að koma til baka núna."

„Allt í lagi. Við bíðum eftir ykkur hér."

Hálftíma seinna koma Andri og Júlía í íbúðina. „Halló Daníel! Við erum svo glöð að sjá þig!" segir Andri. Hann snýr sér að gamla manninum. „Og hver ert þú?" spyr hann.

Áður en maðurinn getur svarað, segi ég „Hérna... Andri, ég hef dálítið mikilvægt að segja þér."

„Hvað er í gangi?" spyr hann.

„Andri, þetta er pabbi þinn," segi ég.

Í fyrstu er Andri **furðu lostinn**. „Pabbi minn? Það er **útilokað**!"

Gamli maðurinn horfir á hann. „Ert þú Andri?" spyr hann.

„Já, það er ég. Þú getur ómögulega verið pabbi minn!"

„Ég heiti Anton Sigurðsson. Jú, ég er pabbi þinn."

Maðurinn útskýrir þetta. Andri **gerir sér** fljótlega **ljóst** að hann er raunverulega pabbi hans. Hann faðmar gamla manninn **klaufalega**. Eftir öll þessi ár, hafa þeir loksins náð saman.

Hvorugur þeirra veit hvernig hann á að haga sér. Loksins brosir Andri og segir, „Jæja... ég tel að þetta kalli á **hátíðarhöld**!"

„Ég er sammála!" segir Anton, pabbi hans.

„Eigum við að fara á veitingahúsið *Klikkaða kjötsúpan*?" segir Júlía.

Ég lít á Júlíu. Ég er hissa. „Nei! Ég vil ekki kjötsúpu! Ég vil aldrei borða hana aftur!" Hún horfir á mig og hlær. „Ég vil ekki fara nálægt þessu veitingahúsi!" held ég áfram. „Og ég vil ekki heldur fara í strætó í langan tíma! Mig langar í pítsu!"

Þau **fara** öll **að skellihlæja**. Eftir augnablik fer ég líka að hlæja.

„En klikkaður dagur!" segir ég.

„Já," svarar Anton. „Svo sannarlega klikkaður dagur!"

Kafli 4 Upprifjun

Samantekt

Daníel og gamli maðurinn koma til Reykjavíkur. Þeir fara inn á veitingahúsið *Klikkaða kjötsúpan*. Það er enginn þar vegna þess að það er snemma dags. Síðan fara þeir í íbúð Andra. Það er enginn þar heldur. Daníel hleður símann sinn. Hann hringir í Júlíu. Hún er að heiman með Andra. Júlía og Andri koma til baka í íbúðina. Daníel kynnir Andra fyrir pabba sínum. Þau ákveða að halda upp á tilefnið með kvöldverði. En Daníel vill ekki kjötsúpu, hann vill pítsu.

Orðaforði

kvöldmatur (*m.*) dinner

húsvörður (*m.*) caretaker

lyfta (*f.*) lift

örlög (*n. pl.*) fate

hleðslutæki (*n.*) charger

furðu lostinn taken aback

útilokaður (*adj.*) impossible

gera sér ljóst to realise

klaufalega (*adv.*) awkwardly

hátíðarhöld (*n. pl.*) celebration

fara að skellihlæja to burst out laughing, to suddenly start to laugh

Skilningsspurningar

Veljið aðeins eitt svar við hverri spurningu.

16) Gamli maðurinn og Daníel fara fyrst _____.
a. í íbúð Andra
b. í símaklefa
c. á veitingahúsið *Klikkaða kjötsúpan*
d. á flugvöllinn

17) Þegar þeir koma í íbúðina _____.
a. eru Júlía og Andri þar
b. er aðeins Júlía þar
c. er aðeins Andri þar
d. er enginn þar

18) Það fyrsta sem Daníel gerir er að _____.
a. hlaða farsímann sinn
b. búa til kvöldmat
c. hringja í Andra
d. hringja í foreldra sína

19) Næst hringir Daníel í _____.
a. foreldra sína
b. Andra
c. Júlíu
d. vörubílstjórann

20) Til hátíðabrigða vill Júlía fara _____.
a. á veitingahúsið *Klikkaða kjötsúpan*
b. á pítsustaðinn
c. til Lundúna
d. til Akureyrar

Mjög óvenjulegur leiðangur

Kafli 1 – Skepnan

Þingvallavatn er **stöðuvatn** á Suðvestur-Íslandi.
Það er á velþekktu svæði sem heitir Þingvellir. Það er
vinsæll staður fyrir fjölskyldur að heimsækja. Fólk
fer oft þangað til að taka ljósmyndir. Það fer þangað
einnig til að njóta náttúrunnar á sumrin.

Veðrið er frekar milt á Þingvallasvæðinu. Það er oft
skýjað og sumrin eru ekki of heit. Þess vegna elskar
göngufólk Þingvallavatn. Sólveig er á meðal þessa
göngufólks. Hún býr nálægt Þingvallavatni. Hún
elskar náttúruna og hún elskar gönguferðir. Hún fer
oft í gönguferðir í júlí. Það er hlýtt en ekki of heitt.
Um hverja helgi setur hún dótið sitt í bakpoka og fer
í gönguferð í **skóginum** við vatnið.

Gunnar, góður vinur Sólveigar, **hefur** líka
gaman af því að fara í gönguferðir. Hann fer oft
með Sólveigu. Um síðustu helgi ákváðu þau að fara
í gönguferð nálægt Þingvallavatni. En á endanum
breyttist hún í mjög óvenjulegan **leiðangur**!

Sólveig og Gunnar hittust við byrjun göngunnar.
„Hæ, Sólveig!" **hrópaði** Gunnar meðan hann var
ennþá langt í burtu.
„Halló, Gunnar!" svaraði Sólveig.

„Ég er að koma!" hrópaði Gunnar. Hann hljóp í áttina að Sólveigu.

„Hægðu á þér, Gunnar. Þú verður þreyttur."

„Ekki hafa áhyggjur, ég er með **orkudrykki** fyrir gönguferðina," sagði Gunnar. Hann benti á stóra bakpokann sinn og hló.

Vinirnir tveir voru mjög glaðir að sjást. Þau töluðu dálítið saman. Síðan lögðu þau af stað í leiðangurinn sinn.

Eftir nokkra kílómetra breyttist **stígurinn**. Hann **klofnaði** í tvo stíga.

„Hvora leiðina ættum við að fara?" spurði Sólveig. „Til vinstri eða til hægri?"

„Förum til vinstri," svaraði Gunnar.

„Jæja, en... ég held að ég vilji frekar fara til hægri."

„Af hverju?"

Sólveig leit á skóginn við vinstri stíginn. Síðan svaraði hún, „Það fara sögur um þennan stíg. Það sá eitthvert fólk stóra, **loðna skepnu** þar..."

„Virkilega? Trúir þú þessum sögum?"

„Æ... ég veit það ekki. Við getum svo sem farið þessa leið..." sagði Sólveig. Hún virtist áhyggjufull.

„Komdu nú, Sólveig. Við skulum prófa hana!" hvatti Gunnar hana áfram. Sólveig horfði á hann áhyggjufull. Síðan gengu þau niður eftir vinstri stígnum.

Eftir þrjá klukkutíma voru Gunnar og Sólveig ennþá á stígnum. Það voru tré allt í kringum þau. Það var orðið síðla dags. Sólveig spurði Gunnar, „Heldur þú að það séu **furðulegar** skepnur í þessum skógi?"

„Nei, ég held ekki."

„Af hverju ekki?"

„Nú, ég hef aldrei séð furðulega skepnu. En þú?"

„Ekki í þessum skógi."

„Fínt. Svo það þýðir að **okkur er óhætt**!"

Sólveig hló. „Ætli það ekki!"

Þau héldu áfram gönguferð sinni.

Nokkrum kílómetrum seinna voru vinirnir tveir ennþá að ganga. Sólin var lágt á himninum. Allt í einu gengu þau út úr skóginum. Fyrir framan þau var stöðuvatnið.

Gunnar og Sólveig litu í kringum sig. Við vatnið var hús. Húsið var úr timbri og virtist vera mjög gamalt.

„Sjáðu, Gunnar," kallaði Sólveig. „Sjáðu þarna!"

„Hvar?"

„Þarna! Það er hús! Það er úr timbri."

„Ó, já! Ég sé það. Förum og **kíkjum á** það!"

„Hvað þá? En hvað ef það er einhver þarna?"

„Ekki vera **hrædd**, Sólveig. Ég er viss um að það er enginn þarna."

Vinirnir tveir gengu að húsinu. Áður en þau fóru inn, skoðuðu þau í kringum staðinn.

„Húsið lítur út eins og það hafi verið byggt fyrir löngu síðan," sagði Sólveig. „Sjáðu **ástandið** á gluggunum! Glerið er mjög gamalt. Og timbrið er líka mjög gamalt."

„Já," svaraði Gunnar. „Ég mundi segja að það sé að minnsta kosti 50 ára gamalt. En mér finnst það ekki **ljótt**. Það er eitthvað við það sem ég **kann vel við**."

Gunnar leit í kringum sig. Allt í einu kallaði hann, „Heyrðu, Sólveig! Komdu hingað!" Á vatninu var lítill bátur. Hann var gamall og úr timbri. Hann lá í vatninu nálægt **bakkanum**. Gunnar leit á Sólveigu. „Förum upp í hann!"

„**Ertu að grínast**?" svaraði Sólveig. „Af hverju?"

„Við getum farið út á mitt vatnið."

„Ég veit það ekki..."

„Gerðu það! Við skulum fara! Það verður gaman!"

„Allt í lagi..." sagði Sólveig. Hún hljómaði óhress.

Sólveig og Gunnar fóru upp í bátinn með bakpokana sína. Þau **reru** hægt út á mitt vatnið. Sólveig horfði í kringum sig. „Það er svo yndislegt hérna!" sagði hún.

„Já, ég veit. Það er fullt af trjám. Og sólin sést ennþá fullkomlega."

„Ég er svo glöð að við skyldum koma hingað. Fáum okkur eitthvað að borða. Viltu eitthvað?"

„Auðvitað! Hvað ertu með?"

Sólveig tók nokkrar kexkökur og samlokur upp úr bakpokanum. Gunnar tók fram orkudrykkina.

„Hvað viltu?"

„Þessar samlokur líta vel út..."

„Auðvitað! Gjörðu svo vel."

„Takk, Sólveig!"

Vinirnir tveir borðuðu samlokurnar sínar úti á miðju vatni. Allt í einu heyrðu þau hljóð.

„Heyrðir þú þetta?" sagði Gunnar.

„Já, ég gerði það," svaraði Sólveig. Hún hljómaði hrædd.

„Ég held að það komi frá húsinu."

„Ég líka."

„Förum og skoðum þetta."

Sólveig leit undrandi á Gunnar. „Í alvöru?" sagði hún.

„Já. Komdu!"

Gunnar og Sólveig reru til baka að landi. Þau settu
upp bakpokana. Síðan gengu þau hægt að gamla
timburhúsinu.

„Sólveig, ég vil fara inn í húsið."

„Af hverju? Eigum við ekki að vera í gönguferð? Úti
í hreinu lofti? *Ekki* inni í húsum?"

„Jú, auðvitað. En í skóginum er mikið af
áhugaverðum hlutum. Mér finnst gaman að **kanna**
áhugaverða hluti."

„Ég er ekki viss…"

„Komdu. Förum inn í húsið," **lagði** Gunnar aftur
til. Loksins samþykkti Sólveig það.

Sólveig og Gunnar fóru nokkur skref í áttina að
húsinu. Þau opnuðu dyrnar og gengu inn. Allt inni
í húsinu var mjög gamalt. Enginn hafði búið þar í
mjög langan tíma. Það var **ryk** alls staðar.

„Sólveig, sjáðu þetta," kallaði Gunnar. Rödd hans
hljómaði undarlega.

„Hvað?"

„Hérna, við gluggann."

Sólveig skoðaði staðinn. Á gólfinu, í rykinu, voru
nokkur mjög stór fótspor.

„Hvað heldur þú að þessi fótspor gætu verið?"
spurði Gunnar.

„Ég held að þetta séu spor eftir ísbjörn!" svaraði
Sólveig.

„Ísbjörn, Sólveig?! Það eru ekki neinir ísbirnir á Íslandi! Næstu ísbirnir eru mjög langt í burtu!"

„Þá hef ég enga hugmynd. En komum okkur nú út héðan!"

Allt í einu heyrðu vinirnir tveir hljóð úr eldhúsinu. Sólveig og Gunnar hlupu í eldhúsið. Þau trúðu ekki eigin augum. Það stóð stór og loðin skepna í eldhúsinu! Skepnan sneri sér hratt við, fór út um bakdyrnar og hljóp í burtu. Skepnan var með heilmikinn hávaða. Hún braut meira að segja hurðina á leiðinni út!

Sólveig og Gunnar stóðu kyrr. Skepnan **hvarf** inn í skóginn. Sólveig var orðlaus. „Hvað var *þetta*?" spurði Gunnar. Þau vissu það ekki.

Kafli 1 Upprifjun

Samantekt

Sólveig og Gunnar fara í gönguferð við Þingvallavatn. Þau koma að vatninu. Við vatnið eru gamalt hús og bátur. Þau fara út á vatnið á bátnum. Þá heyra þau hljóð. Þau fara til baka og inn í húsið. Í eldhúsinu sjá þau skrýtna skepnu. Skepnan hleypur út úr húsinu. Hún fer inn í skóginn. Sólveig og Gunnar vita ekki hvað skepnan er.

Orðaforði

stöðuvatn, vatn (*n.*) lake

göngufólk (*n. sg.*) hikers

skógur (*m.*) woods

hafa gaman af to enjoy, to like

leiðangur (*m.*) excursion, trip

hrópa to shout

orkudrykkur (*m.*) energy drink

stígur (*m.*) path

klofna to split, to divide

loðinn (*adj.*) hairy

skepna (*f.*) creature, animal, beast

furðulegur (*adj.*) strange

okkur er óhætt we are safe

kíkja á to have a look at

hræddur (*adj.*) scared

ástand (*n.*) state

ljótur (*adj.*) ugly

kunna vel við to like

bakki (*m.*) bank, shore (of a river or lake)

ertu að grínast? are you kidding me?

róa to row

kanna to explore
leggja til to suggest
ryk (*n.*) dust
hverfa to disappear

Skilningsspurningar

Veljið aðeins eitt svar við hverri spurningu.

1) Sólveig og Gunnar eru _____.
   a. í Reykjavík
   b. á Þingvöllum
   c. í Vestmannaeyjum
   d. á Vestfjörðum

2) Þau eru í leiðangri að _____.
   a. stöðuvatni
   b. baðströnd
   c. litlum bæ
   d. stórborg

3) Á leiðinni eftir göngustíg rekast Sólveig og Gunnar á _____.
   a. lítið þorp
   b. stórborg
   c. búð
   d. hús

4) Þegar þau sjá bátinn á vatninu _____.
   a. fara þau ekki upp í hann
   b. sofa þau í honum
   c. ákveða þau að það sé hættulegt að fara í hann
   d. róa þau út á mitt vatnið

5) Meðan þau eru á vatninu heyra Sólveig og Gunnar
   hljóð í _____.
   a. bátnum
   b. húsinu
   c. vatninu
   d. skóginum

Kafli 2 – Leitin

„Sástu þetta, Sólveig?" sagði Gunnar.

„Já!" svaraði Sólveig. „Hvað var þetta?"

„Ég veit það ekki! En það var mjög stórt og mjög ljótt!"

„Já... eins og einhvers konar skepna!"

Gunnar leit á Sólveigu og sagði, „Við skulum elta hana!"

„Ertu að grínast?" svaraði Sólveig. „**Kemur ekki til greina**!"

„Gerðu það! Við erum komin hingað til að kanna! Við skulum fara á eftir henni!"

„Æi, Gunnar! Ég er alls ekki viss um þetta..."

Gunnar og Sólveig fóru út úr gamla húsinu. Þau fylgdu fótsporum skepnunnar inn í skóginn. Þau horfðu í kringum sig. Loks sagði Gunnar. „Skepnan gæti verið hvar sem er. Við verðum að **skipta liði**."

„Skipta liði?" sagði Sólveig hissa. „Ertu **galinn**, Gunnar? Það er undarleg skepna þarna úti. Og við vitum ekki hvar hún er!"

„Ég veit það," svaraði Gunnar. „En við gætum tekið mynd af henni. Við komumst kannski í fréttirnar."

„Ha?!"

„Gerðu það, Sólveig," sagði Gunnar. „Kannski er þetta einstök skepna! Kannski hefur aldrei verið tekin ljósmynd af henni!" Hann horfði á Sólveigu og hélt áfram, „Það verður kannski grein í blaðinu

um okkur! Kannski verður tekið viðtal við mig fyrir
sjónvarpsfréttirnar! Við gætum…!"

„Hættu nú! Þú ert alveg galinn, Gunnar. Ég ætti
ekki að hvetja þig áfram, en allt í lagi. Við skulum þá
skipta liði."

Gunnar fór í eina átt. Sólveig fór í aðra. Sólveig
sá engin merki um skepnuna. Hún hugsaði
meira út í það. Loksins komst hún að einföldustu
niðurstöðunni. Þau Gunnar höfðu **ímyndað sér**
skepnuna. Hún var ekki raunveruleg.

Nokkrum mínútum seinna sá Sólveig Gunnar í
skóginum. Það var næstum **orðið dimmt**. Hún sagði
Gunnari frá niðurstöðu sinni. Hún sagði honum
að skepnan væri ekki raunveruleg. Gunnar var ekki
sammála. Hann var viss um að hún væri raunveruleg.
Þau þurftu bara að sanna það.

Allt í einu sá Gunnar **skógarþykkni**. Hann
vildi athuga hvort skepnan væri þarna inni. Hann
bað Sólveigu að bíða. Þar sem hann fór inn í
skógarþykknið, brosti Gunnar og **veifaði**.

Sólveig beið eftir því að Gunnar kæmi út. Hún beið
í þónokkrar mínútur. Enginn Gunnar. Hún beið í
næstum því hálftíma. Enn sást Gunnar ekki!

Sólveig leit á **farsímann** sinn. Það var ekkert
samband. Hún gat ekki einu sinni hringt eftir hjálp.
Nú var hún orðin hrædd. En hún gæti ekki bara
yfirgefið Gunnar!

Allt í einu hugsaði hún, „Kannski fór hann til baka
í húsið! Kannski er þetta allt **grín**!"

Sólveig gekk aftur að gamla húsinu. Hún horfði í kringum sig. Ennþá enginn Gunnar. Hún ákvað að bíða. Ef hann er að grínast, gæti hún líka grínast. Hún ætlaði að haga sér eðlilega. Hún myndi haga sér eins og það væri ekkert stórmál að hann væri týndur. Ha! Það yrði fyndið!

Það var gamalt rúm í aðalherberginu. Hún settist niður og tók upp samloku. Hún borðaði hana og hugsaði um Gunnar. Hvar var hann? Hvað gæti hún gert?

Á meðan Sólveig hugsaði, varð hún syfjuð. Hún hugsaði ekki skýrt. Þvílíkur dagur! „Ég bíð bara eftir Gunnari hér og..." Þetta var síðasta hugsun hennar áður en hún sofnaði.

Sólveig vaknaði snemma daginn eftir. Gunnar var enn ekki kominn! Hún vonaði að öll þessi upplifun hefði verið draumur. En hún gerði sér ljóst að svo var ekki. Hún var virkilega áhyggjufull. Kannski var þetta ekki grín.

Sólveig ákvað að fara á næsta **bóndabæ**. Hún gekk til baka eftir sama stígnum. Loks kom hún að bóndabæ. Það var sunnudagur og þónokkuð af fólki á ferli. Sólveig reyndi aftur að nota farsímann sinn. Ennþá ekkert samband. Ekkert! Hún varð að komast í síma og það strax!

Sólveig fór inn í bæinn. Þar inni var frekar margt fólk. Sólveig vissi ekki hvað hún ætti að segja. Þetta var mjög óvenjulegt mál! Loksins ákvað hún að segja ekki neitt. Hún fór til **bóndans** og sagði, „Sæll. Mætti ég nota símann ykkar?"

„Auðvitað. Hann er þarna á veggnum."

„Þakka þér kærlega fyrir."

Fyrst hringdi Sólveig í númerið hans Gunnars. Farsíminn hans hringdi ekki. Kannski var síminn hans ekki í lagi? Þá ákvað hún að hringja heim til Gunnars. Síminn hringdi einu sinni, tvisvar, þrisvar. Af hverju svaraði enginn? Bróðir Gunnars var venjulega heima á morgnana. En ekki í dag. Sólveig hringdi einu sinni enn en það svaraði enginn. Hún skildi eftir skilaboð. „Hvar ert þú, Gunnar?!" spurði hún.

Sólveig fór út úr bóndabænum. Hún stóð fyrir utan í nokkrar mínútur og hugsaði sig um. Sólveig var **sjálfstæð** kona. Hún var kona sem **hugsaði mál til enda**. „Jæja þá," hugsaði hún. „Ég þarf að komast til botns í þessu! Kannski villtist hann í skógarþykkninu. Og þegar hann komst út var Sólveig farin. Svo hann fór heim. Þannig var það!" Sólveig varð að komast aftur heim til Gunnars. Hún hljóp aftur að bóndabænum og hringdi í **leigubíl**.

Eftir 30 mínútur var Sólveig komin að húsi Gunnars. „Þetta kostar níu þúsund krónur," sagði bílstjórinn.

„Hér eru tíu þúsund krónur," sagði Sólveig.

„Gjörðu svo vel." (*Réttir henni afganginn*.) „Vertu sæl."

Sólveig fór út úr bílnum og gekk að húsi Gunnars. Húsið var mjög stórt og fallegt. Það var á tveimur hæðum og með garði. Það var í mjög góðu **hverfi**. Það voru stór hús og búðir allt í kring. Bíll Gunnars var fyrir utan húsið. Var Gunnar þarna inni? Hafði hann hringt í fjölskyldu sína?

Sólveig athugaði farsímann sinn. Hún var nú komin í samband en það voru engin skilaboð. Hún hringdi aftur í Gunnar. Hún skildi eftir önnur skilaboð og sagðist hafa áhyggjur. Hún bað hann um að hringja **samstundis** í sig!

„Ég skil þetta ekki," hugsaði hún. „Gunnar keyrði heim í bílnum sínum. Af hverju hringdi hann þá ekki í mig?" Sólveig bankaði á dyrnar. Það svaraði enginn. Hún bankaði þrisvar sinnum en enginn svaraði.

Sólveig hafði áhyggjur. Hún fór að húsi tveggja vinkvenna sinna, Elínar og Önnu. Vinkonur hennar voru ekki heldur heima. Hún reyndi að hringja. Það var slökkt á símunum þeirra! Það var eitthvað skrýtið að gerast. Hún vissi bara ekki hvað. Allir vinir hennar voru horfnir!

Sólveig vissi ekki hvað hún ætti að gera. Hún vildi ekki hafa samband við lögregluna. Hún vissi að Gunnari var óhætt vegna þess að bíllinn hans var heima. Það voru engir vinir heima sem hún gat beðið um hjálp. Sólveig ákvað að gera eitthvað. Hún myndi sjálf finna Gunnar!

Sólveig tók annan leigubíl til baka að Þingvallavatni. Hún fór stíginn inn í skóginn nálægt húsinu. Eftir nokkrar mínútur sá hún gamla timburhúsið. En í þetta sinn **tók** hún **eftir breytingu**: það voru ljós kveikt í húsinu!

Kafli 2 Upprifjun

Samantekt

Sólveig og Gunnar leita að skrýtinni skepnu í skóginum. Gunnar hverfur. Sólveig fer í gamla húsið til að finna hann. Hann er ekki þar. Hún sofnar. Hún vaknar daginn eftir. Gunnar er enn ekki kominn. Hún hefur áhyggjur. Hún hringir í Gunnar. Hann svarar ekki. Hún fer heim til hans. Hún sér bílinn hans. En hún finnur hann ekki og hún finnur ekki heldur vinkonur sínar. Loks fer hún aftur í gamla húsið. Það eru ljós kveikt í húsinu.

Orðaforði

kemur ekki til greina no way, out of the question
skipta liði to split up
galinn (*adj.*) crazy
niðurstaða (*f.*) conclusion
ímynda sér to imagine
verða dimmt to go dark
skógarþykkni (*n.*) thicket, clump of trees
veifa to wave
farsími (*m.*) mobile phone, (*Am. Eng.*) cell phone
samband (*n.*) connection
yfirgefa to leave, to abandon
grín (*n.*) joke
bóndabær (*m.*) farm
bóndi (*m.*) farmer
sjálfstæður (*adj.*) independent
hugsa mál til enda to think things through
leigubíll (*m.*) taxi, (*Am. Eng.*) cab
hverfi (*n.*) neighbourhood
samstundis (*adv.*) right away
taka eftir to notice
breyting (*f.*) change, difference

Skilningsspurningar

Veljið aðeins eitt svar við hverri spurningu.

6) Til að byrja með hugsar Sólveig að skepnan sé _____.
   a. raunveruleg
   b. grín
   c. Gunnar
   d. ímynduð

7) Seinna finnur Gunnar _____.
   a. sérstakt tré
   b. annað hús
   c. bílinn hennar Sólveigar
   d. skógarþykkni

8) Sólveig sofnar _____.
   a. í skóginum
   b. í báti á vatninu
   c. í rúmi í húsinu
   d. á bóndabænum

9) Þegar Sólveig vaknar, _____.
   a. fer hún á nálægan bóndabæ
   b. fer hún í skógarþykknið
   c. hringir hún í foreldra Gunnars
   d. hringir hún í foreldra sína

10) Þegar Sólveig kemur aftur að vatninu, sér hún _____.
   a. eld í húsinu
   b. ljós í húsinu
   c. skepnuna í húsinu
   d. Gunnar í húsinu

Kafli 3 – Uppákoman

Sólveig gat ekki trúað því. „Það eru ljós kveikt í húsinu!" hrópaði hún. Hún fór eftir stígnum niður að vatninu. Hún skildi bakpokann sinn eftir við tré. Sólveig fór upp að húsinu.

Það var komið kvöld og hún sá **örugglega** appelsínugul ljós inni í húsinu. Hún gekk í kringum húsið. Hún vildi sjá hver var þar inni. Það hlýtur að vera Gunnar!

„Halló?" hrópaði hún. „Þetta er Sólveig!" Enginn svaraði. Allt í einu koma hljóð innan úr húsinu. „Allt í lagi, Gunnar," hugsaði Sólveig. „Þetta er ekki fyndið lengur!" Sólveig gekk að dyrunum og opnaði. Hún var algjörlega **óviðbúin** því sem hún sá.

Allir sem hún þekkti voru þarna inni! Það var svo margt fólk í húsinu! Mamma hennar var þar, aðrir úr fjölskyldunni, meira að segja vinkonur hennar, Elín og Anna!

„Sólveig!" kallaði mamma hennar. „Ég er svo glöð að þú ert komin!"

„Sæl," sagði Sólveig **með gætni**. „Hvað er að gerast?"

„Jæja," sagði mamma hennar. „Sestu niður. Leyfðu mér að útskýra."

Sólveig settist á gamla rúmið. „Hvað er að gerast?"
sagði hún loksins. Allir í kringum hana litu út fyrir að
hafa áhyggjur. Enginn sagði neitt. „Hvar er pabbi?"
spurði hún mömmu sína.

„Hann er í vinnunni. Hann kemur bráðum,"
svaraði mamma hennar.

Sólveig leit um herbergið. „Vildi einhver gera svo
vel að segja mér hvað er í gangi?" spurði hún.

Móðir hennar stóð upp og fór að tala. „Við höldum
að Gunnar sé týndur. Við höldum að skepna hafi
tekið hann."

„Hvað? Hvernig veist þú að við sáum skepnu?"

„Gunnar sendi okkur skilaboð. Hann sagðist þurfa
hjálp. Síðan **dó** farsíminn hans. Við erum komin til
að leita að Gunnari."

„Núna?" spurði Sólveig hissa.

„Já, núna."

Allir tóku upp bakpokana sína. Þau kveiktu á
vasaljósunum sínum. Þau voru tilbúin til að fara og
leita að Gunnari. Þau fóru út úr húsinu og **skipuðu
sér í hópa**.

Sólveig stoppaði andartak við dyrnar. Hún stóð
þar smástund. „Ég skil þetta bara ekki," hugsaði hún.
„Gunnar myndi ekki **stinga af** aleinn. Hann myndi
ekki vilja gera mig hrædda. Og af hverju skyldi hann
senda skilaboð til mömmu? Af hverju ekki til mín?
Og af hverju eru allir vinir *mínir* hér? En ekki vinir

hans?" Hún hristi höfuðið. „**Eitthvað kemur bara ekki heim og saman**..."

Eftir smástund horfði Sólveig í kringum sig. Hún gat ekki séð hópana! Hún gat ekki séð nokkurn mann! „Hvar eruð þið?" kallaði hún. „Halló? Heyrir einhver í mér?"

Sólveig gekk í áttina að skóginum. „Kannski eru þau öll þar," hugsaði hún. Meðan hún gekk tók hún vasaljós upp úr bakpokanum. Hún kveikti á því. Það var að verða dimmt aftur.

„Hvar eruð þið öll? Er einhver þarna?" hrópaði hún. Enginn svaraði. „Ég skil þetta ekki!" hugsaði hún. Hún leit í kringum sig í dimmum skóginum. Allt í einu sneri hún við. Það væri betra að bíða í gamla húsinu en að ganga í skóginum í myrkrinu!

Sólveig fór til baka í húsið og settist aftur á gamla rúmið. Hún beið í nokkrar mínútur. Enginn kom. Allt í einu heyrði Sólveig hljóð sem kom úr eldhúsinu.

Hún stóð upp af rúminu. Hún gekk hægt í áttina að eldhúsinu. Hún reyndi að gefa ekki frá sér hljóð. Hún vildi sjá hvað var að gerast. Voru þetta kannski vinir hennar? Mamma hennar?

Hún kveikti á vasaljósinu. Þá sá hún hana – skepnuna! Hún var mjög ljót og hún var að koma í áttina að henni! Sólveig æpti og hljóp út úr húsinu.

„Hjálp! Hjálp!" hrópaði hún. Það var enginn þarna úti. Hún hljóp eins hratt og hún gat. En skepnan fór hraðar en hún. Hún var innan stundar beint fyrir aftan hana. Sólveig sneri sér við til að sjá hana. Hún datt niður af **skelfingu**. Hún var virkilega hrædd og fór því að **sparka**. Skepnan náði taki á fótunum á henni. Hún gat ekki **sloppið**!

Sólveig hélt áfram að berjast. En skyndilega hætti skepnan og stóð upp. Hún rétti niður höndina. Hún vildi hjálpa Sólveigu að standa á fætur! „Hvað er í gangi hérna?" hugsaði Sólveig.

Allt í einu sá Sólveig hreyfingu í kringum sig. Allir vinir hennar og fjölskylda komu út úr skóginum. Þeir voru með kveikt á vasaljósunum. En þeir voru líka með eitthvað annað í höndunum – **kerti**! Og þau voru að syngja eitthvað. Þetta var lag sem hún þekkti vel.

Á þessari stundu skildi Sólveig allt. Skepnan fór úr **búningnum** sínum. Þetta var pabbi hennar! „Til hamingju með afmælið, Sólveig!" sagði hann. Síðan fór hann að syngja með.

„Hún á afmæli í dag!" sungu allir í kringum hana. Sólveig vissi ekki hvort hún ætti að hlæja eða gráta.

„Pabbi, varst þú skepnan? Varst það alltaf þú allan þennan tíma?" spurði Sólveig hissa.

„Já, elskan. Það var alltaf ég. Ég skemmti mér mjög vel í hlutverkinu!" hló hann. Síðan hélt hann áfram, „Við ætluðum að hafa partíið í gær. En þá **kom eitthvað upp á** á skrifstofu mömmu þinnar. Svo við þurftum að flytja partíið til dagsins í dag. Gunnar fékk frábæra hugmynd. Hann lagði til að **gera þér grikk**. Hann gerði það til að koma þér í húsið í tvo daga."

„Er það satt? Jú, þetta var nú meiri grikkurinn,"
sagði Sólveig og leit í kringum sig. „Og hvar er
Gunnar?"

Gunnar gekk fram fyrir tré. Hann var fullkomlega
hreinn og honum var algjörlega óhætt.

„Fyrirgefðu mér, Sólveig," sagði Gunnar. „Við
gerðum þér ansi slæman grikk. En við vildum að
þetta yrði **eftirminnilegur afmælisdagur**! Og þú
færð virkilega stórkostlega gjöf!"

Pabbi Sólveigar rétti henni afmæliskort.

„Eftir þennan grikk? Það verður svo sannarlega að
vera stórkostleg gjöf!" sagði Sólveig hlæjandi. Hún
opnaði kortið. Í því voru nokkur pappírsblöð. „Hvað
er nú þetta?" spurði hún og leit í kringum sig.

Vinir og fjölskylda Sólveigar lyftu henni upp. Þau
báru hana fram fyrir húsið. „Við keyptum þetta gamla
hús handa þér, elskan! Húsið er afmælisgjöfin þín!"
sagði mamma hennar.

Pabbi Sólveigar **slóst í hópinn**. „Við ætlum
saman að **gera** það **upp**," bætti hann við. „Það
verður sumarhúsið þitt!"

Sólveig fór að hlæja. Síðan fór hún að gráta af
létti. Gunnari var óhætt. Henni var óhætt. Og hún
átti þetta **geggjaða** gamla hús!

Loksins gat Sólveig talað aftur. „Nú," byrjaði hún,"
mig langar að þakka ykkur öllum fyrir þessa **óvæntu**
afmælisgjöf. Og mamma, pabbi, ég trúi því ekki að
þetta hús sé mitt, þakka ykkur fyrir!" Síðan leit hún
á föður sinn og Gunnar. „Pabbi, þetta var nú meiri

uppákoman hjá þér. En ég vil bara gefa skepnunni eitt mikilvægt ráð. Hún er *ekki* velkominn gestur héðan í frá!"

Hópurinn hló og söng dálítið meira. Síðan fóru þau inn í húsið. Það var kominn tími til að fá sér kaffi og kökur. Það var líka kominn tími fyrir afmælisbarnið að hvíla sig vel!

Kafli 3 Upprifjun

Samantekt

Sólveig fer til baka í húsið til að leita að Gunnari. Ljósin eru kveikt. Hún fer inn. Fjölskyldan og vinir hennar eru þar. Þau segjast vera komin til að finna Gunnar. Sólveig skilur þetta ekki. Vinir hennar fara út til að leita í skóginum. Sólveig íhugar hvernig málin standa hjá henni. Hún fer aftur að húsinu. Þar sér hún skepnuna. Skepnan eltir hana út í skóginn. Sólveig dettur en þá hjálpar skepnan henni á fætur. Hún reynist vera pabbi hennar! Það eru allir að gera henni grikk. Þetta á að koma á óvart á afmælinu hennar og húsið er gjöfin hennar.

Orðaforði

uppákoma (*f.*) *here:* performance, *can also mean:* happening

örugglega (*adv.*) definitely

óviðbúinn (*adj.*) unprepared, not ready

með gætni cautiously

dó went dead

vasaljós (*n.*) torch

skipa sér í hópa to form groups

stinga af to go off, to go away

eitthvað kemur bara ekki heim og saman something just doesn't add up

skelfing (*f.*) panic

sparka to kick

sleppa to get away

kerti (*n.*) candle

búningur (*m.*) costume

eitthvað kom upp á there was a problem

gera einhverjum grikk to play a trick on someone

eftirminnilegur (*adj.*) memorable, to remember

afmælisdagur (*m.*) birthday
slást í hópinn to join a group
gera upp to renovate
léttir (*m.*) relief
geggjaður (*adj.*) cool
óvæntur (*adj.*) surprising

Skilningsspurningar

Veljið aðeins eitt svar við hverri spurningu.

11) Í fyrsta skiptið sem Sólveig fer í húsið, finnur hún _____.
   a. Gunnar
   b. föður sinn
   c. flesta af vinum sínum og flesta í fjölskyldunni sinni
   d. skepnuna

12) Á meðan Sólveig stendur við skóginn til að hugsa, _____.
   a. kemur eitthvað skrýtið upp úr vatninu
   b. kemur faðir hennar upp að henni að aftan
   c. hittir hún skepnuna
   d. fara vinir hennar í burtu

13) Sólveig ákveður að _____.
   a. fara í trjáþyrpinguna til að leita að Gunnari
   b. hringja í farsímann hans Gunnars
   c. leita að Gunnari í skóginum
   d. fara aftur inn í bæinn

14) Þegar Sólveig kemst aftur að húsinu _____.
   a. heyrir hún hljóð í eldhúsinu
   b. hringir farsíminn
   c. koma Elín og Anna inn í húsið
   d. sofnar hún

15) Skepnan er raunverulega _____.
    a. móðir Sólveigar
    b. Gunnar
    c. faðir Sólveigar
    d. raunverulegur ísbjörn

Riddarinn

Kafli 1 – Gull

Fyrir löngu síðan var stórt **konungsríki**. Það var fullt
af áhugaverðu fólki, dýrum og hlutum. Dag einn kom
riddari inn í konungsríkið. Hann var klæddur í aðeins
svart og hvítt. Hann leit út fyrir að vera mjög sterkur.

Riddarinn kom að aðalbænum. Hann **nam staðar**
á **markaðstorginu**. Hann vildi kaupa svolítið. Það
var svolítið mjög sérstakt.

Markaðstorgið var mjög stórt. Það var fullt af fólki.
Það voru ýmsar vörur til sölu. Riddarinn gekk hægt
yfir torgið. Hann fór beint að dimmu horni á torginu.
Þar fann hann **kaupmann**.

Kaupmaðurinn var með óvenjulegt úrval af
vörum. Riddarinn skoðaði vörurnar. „Góðan daginn,
kaupmaður," sagði hann.

„Get ég hjálpað þér, herra?"

„Ég er að leita að **töfradrykk**. Ert þú með
eitthvað slíkt?"

„Töfradrykk? Nei, við erum ekki með neinn
töfradrykk hér. Engan."

Riddarinn horfði í augu kaupmannsins. Síðan sagði
hann, „Ég held að þú vitir hvað ég vil."

„Já, reyndar. Nú... töfradrykk. Jæja... hvers konar
töfradrykk?"

„Töfradrykk fyrir styrkleika."

Kaupmaðurinn horfði í kringum sig. Svo leit hann á riddarann. „Ég er ekki með neinn hér. Það er ekki mikið til nú á dögum. Þessi... sko... „vara" sem ég þarf að búa til, það er erfitt að finna hana." Kaupmaðurinn **þagnaði um stund** og horfði aftur í kringum sig. Síðan sagði hann, „Ég get búið eitthvað til handa þér, en það verður mjög dýrt."

„Ég er með gull. Ég þarf tvo töfradrykki fyrir styrkleika. Hvað tekur það langan tíma?"

„Komdu til baka í kvöld. Þá verða þeir tilbúnir."

Riddarinn **kinkaði kolli** og gekk í burtu.

Riddarinn gekk yfir torgið. Fólk horfði á hann. Það þekkti hann ekki. Samt var riddarinn frægur. Hann var óháður **kappi**. Hann hét Lars. Hann ferðaðist á milli konungsríkja. Hann barðist við marga menn. Hann barðist oft fyrir konunga.

Lars fór yfir **steinbrú**. Þá sá hann **kastalann**. Hann var risastór og með háum veggjum. Lars kom að dyrum kastalans. Tveir varðmenn stoppuðu hann þá. „Hver ert þú?" spurði annar varðmannanna.

„Ég heiti Lars. Ég vil hitta konunginn."

„Þú getur það ekki. Farðu nú."

Lars leit á varðmanninn. Hann gekk nokkur skref aftur á bak. Hann lagði frá sér **pokann** sinn. Í pokanum voru margir óvenjulegir hlutir. Lars tók gamla **rollu** úr pokanum. Hann rétti varðmanninum hana.

„Sjáðu þessa rollu. Hún er frá konunginum," sagði Lars.

Varðmaðurinn leit á rolluna. Hún leit út fyrir
að vera **embættisleg**. Á henni var líka merki
konungsins.

„Fínt er," sagði varðmaðurinn. „Komdu inn."

Riddarinn hélt áfram. Hann gekk inn í stóran **sal**
og beið. Salurinn var mjög stór og fallegur. Það voru
nokkrir varðmenn þar. Þeir litu **tortryggnislega** á
riddarann. Þeir vildu vita hvað hann væri að gera þarna.

Stuttu seinna kom konungurinn inn. Hann
hét Andur. Fötin hans voru öll purpuralituð.
Purpuralitur var litur konunga. Hann var með **gull** á
handleggjunum og um hálsinn. „Ert þú Lars?" spurði
Andur konungur.

„Það er rétt," svaraði Lars. Lars rétti fram rolluna.
„Ég vil tala við þig."

„Komdu með mér," sagði konungurinn.

Andur konungur og Lars fóru inn í minna herbergi.
Þeir settust báðir niður. Konungurinn bauð Lars
kaldan drykk. Lars tók við honum.

„Takk fyrir að koma," sagði konungurinn við Lars.
„Ég sé að þú hefur fengið skilaboðin."

„Já. Ég hef líka heyrt að þú þurfir hjálp."

„Hvað hefur þú heyrt nákvæmlega?"

„Þú leitar að einhverjum til að bera **farm** af gulli.
Það á að fara til bróður þíns, Arthurens. Þú þarft
mann sem þú getur **treyst**. Ég er sá maður."

Konungurinn hugsaði í nokkrar mínútur. Loksins
sagði hann, „Og af hverju ætti ég að treysta þér?"

„Ég hef hjálpað þér áður. Ég **svík** þig ekki núna."

„Stríð og gull eru ekki það sama. Og þetta er mikið gull."

„Ég þarf ekki gull. Ég á gull."

„Af hverju ertu þá hér?"

„Mér þykir gaman að ferðast og uppgötva nýja hluti."

Andur konungur hugsaði smástund. Hann var tortrygginn að sjá. Lars brosti. Eftir smástund sagði konungurinn, „Allt í lagi, Lars. Farðu með gullið til bróður míns. Ég segi varðmönnum mínum frá því."

„Þakka þér fyrir, Andur konungur."

„Ekki þakka mér strax. Fyrst verð ég að heyra frá Arthuren að gullið sé komið. Þá færð þú gullið þitt."

Lars fór út úr kastalanum. Hann gekk yfir til varðmannanna. Einn varðmannanna kallaði, „Jæja, þú ert kominn til baka! Við vorum að heyra þetta. Þú ætlar að fara með gullið til konungsríkis Arthurens?"

„Já."

„Jæja, gangi þér vel!" sagði varðmaðurinn hlæjandi. „Það eru margar **hættur** á leiðinni. Þú kemst aldrei alla leið!" Hinir varðmennirnir hlógu líka. Síðan varð varðmaðurinn alvarlegur. „Menn," kallaði hann, „gerið gullið tilbúið. Þeir fara á morgun."

Það var komið kvöld. Riddarinn fór aftur á markaðstorgið. Hann fann kaupmanninn. „Ertu með töfradrykkina mína?" spurði hann.

„Já, hérna eru þeir. Það var ekki einfalt! Og það var mjög dýrt. Þetta kostar sex gullpeninga."

Riddarinn leit hissa upp. Hann gaf honum gullið.
Kaupmaðurinn rétti honum töfradrykkina. „Takk
fyrir, ágæti herra," sagði kaupmaðurinn. „Hafðu það
gott."
Riddarinn gekk einfaldlega í burtu.

Daginn eftir komu þrír varðmenn til Lars. Þeir
ætluðu að fara með riddaranum í ferðina. Þeir báru
vopn. Þeir voru viðbúnir því að berjast **ef nauðsyn
krefði**.
Mennirnir fjórir gengu að Norðurveginum. Hann
lá beint til konungsríkis Arthurens. Við veginn biðu
hestarnir og gullið.
Aðalvarðmaðurinn hét Alfreð. Hann sneri sér að
Lars. „Ertu tilbúinn?" spurði hann.
„Já. Við getum farið."
„Áður en við **leggjum af stað**," sagði Alfreð, „þarf
ég að segja þér svolítið. Við erum fremstu varðmenn
konungsins. Við munum vernda þig í ferðinni. En
þetta gull er ekki þín eign. Ef þú reynir að taka það,
drepum við þig."
„Það er gott að vita það," sagði Lars og brosti.
Alfreð horfði beint í augu Lars. „Þetta er ekki í
gamni. Ég segi sannleikann."
„Ég skil. Leggjum nú af stað."
Farmurinn af gulli var aftan í vagni. Lars horfði á
pokana og brosti. Hestarnir fóru af stað. Hópurinn
gekk hægt af stað.

Kafli 1 Upprifjun

Samantekt

Riddari, sem heitir Lars, fer til ríkis Andurs konungs. Hann fær tvær flöskur af töfradrykk fyrir styrkleika. Síðan fer hann í kastalann. Hann talar við konunginn. Konungurinn biður Lars um að fara með gull til bróður síns. Þrír varðmenn eiga að fara með riddaranum. Varðmennirnir eiga að passa gullið. Þeir munu drepa riddarann ef hann tekur gullið. Hópurinn leggur af stað í ferðina.

Orðaforði

konungsríki (*n.*) kingdom

riddari (*m.*) knight

nema staðar to stop, to halt

markaðstorg (*n.*) market square

kaupmaður (*m.*) trader, merchant

töfradrykkur (*m.*) magic potion

þagna um stund to fall silent for a while

kinka kolli to nod

kappi (*m.*) hero, warrior

steinbrú (*f.*) stone bridge

kastali (*m.*) castle

poki (*m.*) bag

rolla (*f.*) scroll

embættislegur (*adj.*) official

salur (*m.*) (large) room

tortryggnislega (*adv.*) suspiciously

gull (*n.*) gold

farmur (*m.*) load, cargo

treysta to trust

svíkja to betray

hætta (*f.*) danger
ef nauðsyn krefur if the situation demands, if necessary
leggja af stað to set off

Skilningsspurningar

Veljið aðeins eitt svar við hverri spurningu.

1) Lars er klæddur í _____.
   a. svart og rautt
   b. svart og hvítt
   c. svart og blátt
   d. hvítt og rautt

2) Lars kaupir _____.
   a. töfradrykk fyrir styrkleika
   b. tvo töfradrykki fyrir styrkleika
   c. töfradrykk til að ná í gull
   d. tvo töfradrykki til að ná í gull

3) Við dyr kastalans talar Lars við _____.
   a. konunginn
   b. reiðan kaupmann
   c. bróður konungsins
   d. varðmann

4) Lars og varðmennirnir bera _____.
   a. þrjá töfradrykki
   b. dýra töfradrykki
   c. farm af gulli
   d. varðmenn

5) Hópurinn er að fara _____.
   a. til óþekkts konungsríkis
   b. til ríkis bróður Andurs konungs
   c. til ríkis Andurs konungs
   d. á markaðstorg konungsríkisins

Kafli 2 – Ferðin

Lars og varðmennirnir fóru eftir Norðurveginum. Á eftir þeim komu hestarnir og vagninn með gullinu. Eftir nokkra stund sagði Alfreð, aðalvarðmaðurinn, „Lars, hvað er að finna á leiðinni?"

„Þetta er ekki auðveld leið. Hún er mjög hættuleg," svaraði Lars.

„Svo hvað gerum við þá?"

„Nú, það eru hættulegir menn og dýr á þessum vegi. Ég **mæli með** að við **forðumst** þá. Við reynum að berjast ekki."

„Ert þú mikill kappi, Lars?"

„Ég er vel þekktur fyrir **færni** mína. Ég get barist mjög vel."

„Ég vona það," sagði Alfreð. Þeir gengu áfram.

Stuttu seinna fóru mennirnir þrír yfir stóra steinbrú. Hún var lík brúnni við kastala Andurs konungs.

„Lars," sagði Alfreð. „Þessi brú er mjög lík kastalabrúnni."

„Já, þið byggðuð hana fyrir löngu síðan."

„Byggði *ég* hana?" sagði Alfreð hissa.

„Reyndar ekki þú. Fólkið í landinu þínu. Það byggði hana fyrir löngu síðan. Það byggði hana af **ástæðu**. En ég segi þér ekki frá því núna."

Mennirnir fóru yfir brúna. Þá gengu þeir inn í stóran skóg. Hann var fullur af trjám. En þar voru engin dýr. Satt að segja var hann **hljóðlaus**.

„Af hverju er ekkert hljóð í þessum skógi?" spurði Alfreð.

„Við erum í Hljóðlausa skóginum. Hér eru engin dýr."

„Af hverju ekki?"

„Fyrir löngu síðan var mikil **orrusta** hér. Hún var á milli Andurs konungs og bróður hans."

Alfreð var ungur. Hann vissi ekki um orrustuna. Hann hélt að Andur konungur og Arthuren konungur treystu hvor öðrum.

„Þú lítur út fyrir að vera hissa, Alfreð," sagði Lars.

„Ég er það," svaraði Alfreð.

„Af hverju?" spurði Lars.

„Ég hélt að bræðurnir tveir berðust aldrei."

Lars hló. „Þannig, ég skil. Jæja, það gerðu þeir. En þetta var fyrir mörgum árum síðan." Lars þagnaði. Mennirnir gengu áfram.

Það var mjög dimmt í Hljóðlausa skóginum. Trén voru há. Það sást varla í dagsljós. Seinna spurði Alfreð, „Veist þú hvert við erum að fara, riddari?"

„Já. Ég hef komið hingað áður."

„Hvenær?" spurði Alfreð.

„Fyrir löngu síðan." Lars hugsaði til baka. Hann mundi eftir orrustunni á milli Andurs konungs og Arthurens konungs. Þetta var ein af stærstu orrustum sögunnar. Fyrir orrustuna hafði skógurinn heitið Dýraskógur. En eftir orrustuna varð hann að Hljóðlausa skóginum.

Lars hélt áfram að tala. „Þegar ég var yngri, barðist ég fyrir Andur konung. Ég var í orrustunni í þessum skógi."

„Hver var ástæðan fyrir orrustunni?"

„Andur konungur byrjaði hana."

„Og af hverju barðist hann við bróður sinn?"

„Andur konungur vildi **uppsprettu** í skóginum."

Lars gekk þegjandi í nokkrar mínútur. Alfreð þagði, en hann var að hugsa. Hann vildi vita meira um orrustuna miklu. Hann hafði alltaf haldið að Andur konungur væri friðsamlegur konungur.

„Má ég spyrja þig að svolitlu, Lars?"

„Já."

„Hvers konar uppspretta er þetta nákvæmlega?"

„Bíddu og sjáðu," var allt sem Lars sagði.

Lars og Alfreð **þögðu** í klukkutíma. Hinir varðmennirnir töluðu **hljóðlega** af og til. Það var ekkert nema tré og þögn – ekkert annað. Loksins kom hópurinn að stöðuvatni. „Við erum komnir," sagði riddarinn.

„Hvað er þetta?"

„Fyrir löngu síðan var þetta stöðuvatn uppspretta."

„Uppsprettan frá orrustunni?"

„Já."

Varðmennirnir og riddarinn gengu að vatninu. Loks talaði Lars. „Fyrir löngu síðan var uppspretta hér. Það var ekki mikið vatn. Ekkert eins og þetta. En vatnið var **upprunalega** töfravatn. Ef þú drakkst af vatninu fékkst þú **töfrakraft**."

„Hvers konar hæfileika?" spurði einn af varðmönnunum.

„Ef einhver drakk af vatninu varð hann eða hún mjög sterkur."

Alfreð gerði hendurnar **bollalaga**. Hann drakk af vatninu.

„Það er venjulegt á bragðið," sagði hann.

„Auðvitað," sagði Lars. „Þetta er venjulegt vatn núna. Það voru töfrar í því fyrir löngu síðan."

Alfreð þurrkaði hendurnar á sér og spurði, „Svo, hvað gerðist? Af hverju eru ekki töfrar í vatninu núna?"

Lars leit á hann og byrjaði söguna. „Bæði Andur og Arthuren vildu hafa vald. Þeir hefðu gert hvað sem var til að fá það. Dag einn heyrðu þeir um töfrauppsprettu. Uppsprettu sem gerði fólk sterkt. Samstundis vildu báðir konungarnir eignast hana. Þeir **þeyttust** út í skóginn. Þegar þeir mættust við uppsprettuna byrjaði orrustan."

„Hvað gerðu þeir?" spurði Alfreð.

„Báðir konungarnir kölluðu til **hermennina** sína. Orrustan hélt áfram í marga daga, vikur, og síðan mánuði. Það var ljót sjón. Í orrustunni drukku menn eins mikið vatn og þeir gátu. Þeir vildu vera sterkir til að sigra. Þeir fengu hestana sína til að **velta sér** í því. Þeir gengu í gegnum það. Þeir böðuðu sig í því. Þeir tóku allt vatnið. **Fljótlega** varð vatnið **fúlt**. Það var ekki lengur hægt að nota það."

Hann leit á varðmennina. „Eftir nokkurn tíma **þornaði** uppsprettan **upp**. Það fór að rigna og stöðuvatnið varð til. En það var ekki töfravatn."

Alfreð horfði á hann. „Svo töfravatnið var þar með allt búið?"

„Ekki alveg," svaraði Lars. Hann leit á Alfreð alvarlegum augum. „Arthuren hafði geymt dálítið af töfravatninu. Og hann vissi **leyndarmál**. Það er hægt að búa til töfravatn. Til þess þarf **upprunalegt** töfravatn og tíma, en það er hægt."

„Svo þetta er þá leyndarmálið…" byrjaði Alfreð.

„Þetta er bara hluti af leyndarmálinu. Komið þið nú. Við skulum fara út úr þessum skógi."

Hópurinn hélt áfram leið sinni. Fljótlega voru þeir komnir út úr skóginum. Sólin **skein**. Trén voru ekki eins há. Þeir fengu fallega sýn yfir landslagið.

„Hvar erum við?" spurði Alfreð.

„Við erum næstum því komnir að kastala Arthurens. Það er gott að við lentum ekki í neinum hættum."

Alfreð horfði á hann. „Eru virkilega hættur í þessum skógi?"

Lars leit til baka. „Já. Af hverju heldurðu að við höfum ferðast að degi til? Þær birtast oftast að nóttu til."

„Af hverju sagðir þú mér ekki frá því?"

„Ég hélt að þú myndir þá ekki koma," sagði Lars. Hann hló. Síðan sagði hann, „Allt í lagi. Áfram."

Hópurinn sá fljótlega bæ. Í honum var stór kastali. Varðmennirnir höfðu aldrei áður komið í annað konungsríki. „Erum við komnir?" spurði Alfreð.

„Já, þetta er konungsríkið. Og þetta er kastali Arthurens. Við förum þangað með gullið."

Alfreð **hikaði**. „Lars," byrjaði hann. „Það er svolítið sem ég hef ekki spurt þig um…"

„Hvað þá?"

„Til hvers er þetta gull? Er það **skattur**?"

„Andur konungur tapaði orrustunni í Hljóðlausa skóginum. Hann þarf þess vegna að borga bróður sínum með gulli á fimm ára fresti."

„Hvers vegna borgar hann? Geta þeir ekki **samið frið**?"

„Þeir hafa samið frið. En Arthuren á svolítið sem Andur konungur á ekki. Andur þarf að kaupa það."

Alfreð leit hissa á Lars. „Hvað er þetta sem Arthuren á?"

„Meira töfravatn. Andur kaupir það til þess að gleðja fólkið sitt. Það notar það til að búa til töfradrykki fyrir styrkleika. Eins og þessa töfradrykki hérna." Lars tók fram töfradrykkina sem hann hafði keypt.

„Ég hef heyrt um töfradrykkina! Virka þeir í raun og veru?"

„Þeir virka," sagði Lars. Hann setti töfradrykkina aftur á sinn stað og leit á Alfreð. „En þeir virka aðeins ef þeir eru gerðir úr alvöru töfravatni. Komdu nú. Það er kominn tími til að fara."

Kafli 2 Upprifjun

Samantekt

Lars og varðmenn Andurs konungs hefja ferð sína.
Á leiðinni segir riddarinn sögu. Andur barðist við bróður
sinn Arthuren í mikilli orrustu. Það var barist um uppsprettu
með töfravatni. Töfravatnið veitti fólki styrkleika. Í orrustunni
glataðist vatnið. En Arthuren konungur var ennþá með
töfravatn. Hann hefur verið að selja Anduri konungi það.
Andur er að senda gull til að borga fyrir töfravatn.

Orðaforði

mæla með to recommend
forðast to avoid
færni (*f.*) skill
ástæða (*f.*) reason
hljóðlaus (*adj.*) silent
orrusta (*f.*) battle
uppspretta (*f.*) fountain
þegja to say nothing, to be silent
hljóðlega (*adv.*) quietly
upprunalega (*adv.*) originally, to start off with
töfrakraftur (*m.*) magic powers
bollalaga (*adj.*) cupped
þeytast to race, to move very quickly
hermaður (*m.*) soldier
velta sér to roll
fljótlega (*adv.*) soon, before long
fúll (*adj.*) foul
þorna upp to dry up
leyndarmál (*n.*) secret
upprunalegur (*adj.*) original

skína to shine
hika to hesitate, to pause
skattur (*m.*) tax
semja to agree, negotiate
friður (*m.*) peace

Skilningsspurningar

Veljið aðeins eitt svar við hverri spurningu.

6) Riddarinn Lars _____.
   a. þekkir leiðina í konungsríki Arthurens
   b. þekkir ekki leiðina í konungsríki Arthurens
   c. spyr um leiðina í konungsríki Arthurens
   d. villist á leiðinni í konungsríki Arthurens

7) _____ á leiðinni í konungsríki Arthurens
   a. Þrír varðmenn og Lars eru
   b. Tveir varðmenn og Lars eru
   c. Einn varðmaður og Lars eru
   d. Lars er einn

8) Í Hljóðlausa skóginum _____.
   a. hefur aldrei nokkuð gerst
   b. var bardagi milli tveggja bræðra
   c. var óþekkt stríð
   d. eru mörg dýr

9) Uppsprettan í Hljóðlausa skóginum _____.
   a. er ennþá til
   b. hefur aldrei verið til
   c. er nú horfin
   d. var alltaf stöðuvatn

10) Eftir að mennirnir koma út úr Hljóðlausa skóginum
_____.

a. tekur við annar skógur
b. sér hópurinn sjóinn
c. ákveður hópurinn að snúa aftur til konungsríkis
   Andurs konungs
d. sér hópurinn konungsríki Arthurens konungs

Kafli 3 – Leyndarmálið

Lars, Alfreð og varðmennirnir gengu í áttina að kastala Arthurens konungs. „Hvernig komumst við inn í kastalann?" spurði Alfreð.

„Um framdyrnar," sagði Lars og skellihló. Svo leit hann á Alfreð skrýtnum augum. Alfreð horfði þegjandi á hann. „Eitthvað er ekki rétt," hugsaði Alfreð.

Hópurinn gekk í gegnum sveitina. Þar voru mörg tré og **akrar**. Akrarnir voru þaktir grasi. Á leiðinni fóru þeir fram hjá mörgum **bændum**. Bændurnir bjuggu fyrir utan veggi kastalans. Þeir ræktuðu mat handa íbúum konungsríkisins.

Einn bændanna sá hópinn. Þeir voru nálægt akrinum hans. Hann hætti að vinna og talaði við þá. „Góðan daginn, herra!" sagði bóndinn við Lars.

„Góðan daginn," kallaði Lars til baka.

„Hvert ert þú að fara?"

„Ég er að fara í kastalann. Við þurfum að hitta konunginn."

Kona bóndans kom til hans. „Hverjir eru þessir menn?" **hvíslaði** hún að manni sínum. Maður hennar svaraði ekki. Þá spurði bóndinn, „Hverjir eruð þið? Ég sé að hestarnir ykkar bera farm."

„Andur konungur sendi okkur. Hann hefur falið okkur mikilvægt verkefni."

Bóndinn þagði. Síðan sagði hann, „Ég vona að ekkert slæmt hafi gerst?" Hann leit áhyggjufullur á Lars.

„Nei, ekki hafa áhyggjur," svaraði Lars brosandi. „Það er allt í góðu lagi."

„Jæja. Góða ferð," sagði bóndinn. Hann fór aftur að vinna.

Hópurinn gekk áfram yfir akrana. Alfreð sneri sér að riddaranum. „Þau virtust vera **hrædd**," sagði hann.

„Það voru þau."

„En af hverju?"

„Vegna þess að það er leyndarmál. Aðeins fólkið í þessu konungsríki veit um það. Og það vill gæta leyndarmálsins."

„En hvað er það? Er það eitthvað hættulegt?" Lars svaraði ekki.

Fljótlega komu mennirnir að stórri steinbrú. Hún var nærri kastalanum. Þessi brú var einnig lík brúnni við kastala Andurs konungs. Það voru tveir varðmenn á brúnni. Annar þeirra kom til þeirra. Hann leit á Alfreð. „Eruð þið **í þjónustu** Andurs konungs?"

„Já. Ég er **fulltrúi** konungsins," svaraði Alfreð. Síðan benti hann á Lars. „Þessi riddari **gætti** okkar í ferðinni. Hinir varðmennirnir tveir eru með okkur."

Varðmaðurinn leit á vagninn. Svo spurði hann, „Er þetta gullið?"

„Já," svaraði Lars. „Þetta er gullið."

„Allt í lagi," sagði varðmaður. „Þið megið fara í gegn."

Alfreð horfir hissa á Lars. „Lars virðist þekkja ríki Arthurens konungs mjög vel," hugsar Alfreð.

Varðmaðurinn gaf merki til að opna dyrnar. Annar varðmaður stóð við dyrnar meðan þeir fóru inn. Þeir gengu inn á markaðstorg kastalans. Þar var mikið af fólki. Margir þeirra voru markaðskaupmenn. Aðrir voru bændur.

Hópurinn gekk yfir torgið. Allt í einu varð Alfreð undrandi á svipinn. „Ég þekki þennan stað," sagði hann.

„Hann er líkur markaðstorginu í ríki Andurs konungs," sagði Lars.

„Já, hann er næstum því **alveg eins**!"

„Fyrir löngu síðan voru konungsríkin tvö **samtengd**," útskýrði Lars. „Þess vegna eru þau svona lík. En þetta var fyrir bardagann mikla. Núna eru engin **samskipti** á milli þeirra. Íbúum konungsríkjanna tveggja **kemur** alls **ekki vel saman**."

Hestarnir og vagninn nálguðust kastaladyrnar. Kastalinn sjálfur var einnig mjög líkur kastala Andurs konungs. Reyndar var hann alveg eins **í laginu**.

Hinir varðmennirnir fóru til að afferma gullið. Lars og Alfreð fóru að hitta Arthuren konung. Þeir fóru inn í sal konungsins. Arthuren konungur hrópaði, „Velkomnir í konungsríkið mitt!"

„Góðan daginn, **yðar hátign**," svaraði Lars.

„Lars, þetta ert virkilega þú! Ég er svo ánægður að sjá þig."

„Ég er ánægður að sjá þig líka, yðar hátign."

Alfreð skildi ekki neitt í þessu. Hvernig þekktu þeir Lars og konungurinn hvor annan?

„Ert þú kominn með gullið, Lars?"

„Já, þú átt það."

„Ágætt. Við getum þá **hafist handa** við **áætlunina**."

Alfreð virtist hissa. „Hvaða áætlun er það?" hugsaði hann.

Lars tók fram styrkleikatöfradrykkina. Hann hafði komið með þá með sér frá ríki Andurs konungs. Hann gaf Arthuren konungi þá. Arthuren mældi skammtana **varlega**.

„**Hvað er um að vera?**" spurði Alfreð.

Lars og Arthuren horfðu hvor á annan. Svo sagði Lars. „Ég verð að segja þér svolítið, Alfreð," byrjaði hann.

Alfreð tók nokkur skref aftur á bak. Hann var hræddur. Hvernig þekktust Lars og konungurinn? Af hverju keypti Lars þessa töfradrykki? Arthuren konungur var með töfravatn! Hann gæti búið þá til sjálfur!

Lars gekk til hans. „Alfreð," byrjaði hann aftur. „Töfravatnið **kláraðist** í þessu konungsríki fyrir löngu síðan."

„Hvað þá? Veit Andur konungur um þetta?"

„Nei, hann veit þetta ekki."

„En þá verðum við að segja honum frá því!"

Lars horfði bara á Alfreð. Alfreð varð tortrygginn. „Af

hverju gafst þú þessum konungi styrkleikadrykkina? Þetta er gjörð á móti Andur konungi!"

„Þetta eru einhverjir síðustu töfradrykkirnir fyrir styrkleika. Það er ekkert töfravatn eftir. Skilur þú?"

Alfreð kinkaði kolli.

Lars hélt áfram. „Við gætum hugsanlega búið til meira töfravatn. Við ætlum að nota þessa drykki í staðinn fyrir upprunalegt vatn." Síðan bætti Lars við, „Við höfum alltaf notað upprunalegt vatn. En kannski tekst þetta. Vonum við."

Alfreð var reiður. „Við höfum borgað gullið fyrir ekkert? Þú sveikst mig, Lars!" hrópaði hann. „Þú sveikst Andur konung!"

„Já, ég laug. En ég gerði það til þess að halda friðinn," sagði Lars. „Ég vil ekkert blóð á höndum mínum." Hann horfði á Alfreð og vonaði að hann skildi sig.

„Hvernig á þetta að halda friðinn? Leyndarmálið er að það er ekkert töfravatn eftir. Enginn veit það núna. En fólk á fljótlega eftir að komast að því. Þá kemst Andur konungur að því að þú stalst gullinu."

Lars hætti að brosa. „Alfreð, Andur konungur má ekki komast að því að töfravatnið kláraðist. Afleiðingin yrði stríð. Friðurinn yrði rofinn. Andur konungur myndi **ráðast á** Arthuren."

„Svo þið ætlið að búa til töfravatn handa Andur úr töfradrykkjunum?" spurði Alfreð.

„Já. Til þess eins að halda friðinn." Síðan bætti Lars við, „Ef við getum það."

Alfreð horfði aftur tortrygginn á Lars. Athugasemdin olli honum áhyggjum. „Hvað meinarðu með *'Ef við getum það'*?"

Lars horfði á Alfreð. Svo sagði hann og talaði hægt. „Eins og ég sagði notum við yfirleitt upprunalegt töfravatn til að búa til nýtt töfravatn. Við blöndum saman töfravatni og venjulegu vatni. Venjulega vatnið breytist í töfravatn. Það er ekkert hreint töfravatn eftir. Upprunalega vatnið kláraðist."

„Og?"

„Nú, við ætlum að reyna."

„Reyna hvað?"

„Við ætlum að reyna að búa til töfravatn úr þessum töfradrykkjum. Drykkirnir hafa töfravatn í þeim. Við ætlum að blanda töfradrykkjunum saman við venjulegt vatn. Kannski mun það breyta venjulega vatninu í töfravatn."

„Kannski? Kannski?" hrópaði Alfreð. „Og hvað ef það gerist ekki? Eins og þú sagðir, þá er ekki til meira töfravatn..."

Lars þagði. Eftir augnablik, svaraði Arthuren konungur. „Ef drykkirnir virka ekki," útskýrði hann, „þá var bardaginn í Hljóðlausa skóginum ekki sá síðasti. Það verður stríð."

Kafli 3 Upprifjun

Samantekt

Lars og varðmennirnir koma í konungsríki Arthurens konungs. Lars og konungurinn virðast þekkja hvor annan. Riddarinn gefur konunginum styrkleikatöfradrykkina tvo. Síðan segir Lars Alfreð stórt leyndarmál. Arthuren á ekkert töfravatn til að selja. Arthuren og Lars ætla að búa til meira töfravatn. Þeir ætla að nota töfradrykkina. Arthuren segir að það verði stríð ef þeim tekst ekki að búa til meira töfravatn.

Orðaforði

akur (*m.*) field

bóndi (*m.*) farmer

hvísla to whisper

hræddur (*adj.*) afraid, frightened

þjónusta (*f.*) service

fulltrúi (*m.*) representative

gæta to protect, to keep somebody safe

alveg eins exactly the same, identical

samtengdur (*adj.*) joined, connected

samskipti (*n. pl.*) contact, relations

koma ekki vel saman to not get on, to not like each other

í laginu in shape or structure

yðar hátign Your Majesty

hefjast handa to get started, to get down to

áætlun (*f.*) plan, project

varlega (*adv.*) carefully, with care

Hvað er um að vera? What is happening?

klárast to be used up, to be finished

ráðast á to attack

Skilningsspurningar

Veljið aðeins eitt svar við hverri spurningu.

11) Fyrsta manneskjan í konungsríkinu til að tala við Lars og hópinn er _____.
   a. konungurinn
   b. varðmaður
   c. bóndi
   d. kona bóndans

12) Markaðstorgið í konungsríki Arthurens _____.
   a. er alls ekki líkt markaðstorginu í ríki Andurs konungs
   b. er líkt markaðstorginu í ríki Andurs konungs
   c. er lokað
   d. er með töfrauppsprettu

13) Lars og Arthuren konungur _____.
   a. berjast
   b. þekkja ekki hvor annan
   c. þekkja hvor annan
   d. vinna fyrir Andur konung

14) Lars gefur Arthuren _____.
   a. vopn
   b. einn styrkleikatöfradrykk
   c. tvo styrkleikatöfradrykki
   d. töfrauppsprettu

15) Leyndarmál konungsríkis Arthurens er að _____.
   a. konungsríkið á ekkert töfravatn
   b. Andur konungur ætlar að ráðast á Arthuren
   c. Lars er Arthuren konungur
   d. gullið er ekki ekta gull

Úrið

Kafli 1 – Goðsögnin

Karl var **úrsmiður**. Hann var á fimmtugsaldri og einhleypur. Foreldrar hans bjuggu í Reykjavík. Hann bjó einn á suðurströnd Íslands. Hann bjó í litlu húsi við **rólega** götu í Grindavík.

Karl var hávaxinn og grannur maður, en hann var mjög sterkur. Hann átti sitt eigið **verkstæði**. Hann gerði við úr. Hann bjó til mjög vönduð úr. Hann vann líka oft önnur störf.

Karl vann oft langan dag. Hann vann venjulega fram á kvöld. Verkstæðið hans var nálægt **ströndinni**. Í lok dagsins fór hann oft í **göngutúr** niður á strönd.

Kvöld eitt hitti Karl gamlan vin í göngutúrnum. Hún hét Súsanna. „Karl! Hvernig hefur þú það?" sagði hún.

„Halló Súsanna. Hvað ert þú að gera hér?"

„Ég er að ganga, alveg eins og þú," sagði Súsanna hjæjandi.

„Einmitt. Jæja, við skulum þá ganga saman!"

Karl og Súsanna gengu í langan tíma. Þau töluðu um vinnuna sína og fjölskyldur sínar. Þau töluðu um allt mögulegt. Á meðan þau gengu, spurði Súsanna, „Hvernig er í vinnunni hjá þér? Vinnurðu mikið?"

„Já, ég hef nóg að gera. Ég er mjög ánægður."
„Gott hjá þér, Karl."

Súsanna var **öryggisvörður**. Hún vaktaði bátana
við ströndina. Hún sagði Karli að sér líkaði vinnan.
Hún sá marga forvitnilega hluti á ströndinni. Hún
hafði meira að segja fundið svolítið þennan sama
dag.

„Karl," byrjaði Súsanna. „Ég var reyndar að vonast
til að sjá þig."

„Í alvöru?" svaraði Karl.

„Já. Ég fann dálítið. Og ég veit ekki hvað ég á að
gera við það."

„Hvað fannstu, Súsanna?"

Súsanna tók fram úr. Það leit út fyrir að vera mjög
gamalt. Það var mjög vandað. „Getur þú sagt mér
hvers konar úr þetta er?" sagði hún.

„Leyfðu mér að sjá," sagði Karl.

Karl tók úrið í höndina. Hann skoðaði það
gaumgæfilega. „Ég hef ekki hugmynd um hvaða
tegund þetta er," sagði hann að lokum.

Súsanna var hissa. „Veistu ekkert um það?"

„Nú, ég veit að þetta er úr. En það er mjög gamalt.
Ég er bara ekki viss..." Hann þagnaði og leit á hana.
„Þarftu að fara í vinnuna núna strax, Súsanna?"

„Nei, ég er búin í dag."

„Förum á verkstæðið mitt. Ég á bækur sem gætu
hjálpað okkur."

Karl og Súsanna fóru á verkstæði Karls. Verkstæðið
var mjög gamalt. Inni á verkstæðinu voru mörg
verkfæri og úr. Þau voru öll viðkomandi vinnu Karls.

Súsanna hafði aldrei komið á verkstæðið. Henni fannst það mjög forvitnilegt. „Vá!" sagði hún. „Það er mikið af dóti hérna!"

„Já, ég hef mikið að gera. Ég hef gaman af því sem ég geri."

„Það er gott, Karl!"

Karl sagði Súsönnu að koma með sér. Hún lagði úrið frá sér og gekk inn í annað herbergi. Þar voru margar bækur. Þær voru mjög stórar og mjög gamlar. Það var ekki hægt að lesa mörg nöfnin. „Hvað erum við að gera hérna?" spurði Súsanna.

„Við erum að leita að upplýsingum," svaraði Karl.

„Upplýsingum um hvað?"

„Um það hvaða tegund af úri þetta er. Ég hef aldrei séð neitt þessu líkt áður!"

Karl og Súsanna leituðu í bókunum. Eftir margar mínútur fann Súsanna svolítið. Það var í bók um **Miðjarðarhafið** og **Barbarí**. „Karl! Hlustaðu á þetta!" hrópaði hún.

Karl lokaði bókinni sinni og fór til Súsönnu. „Hvað er þetta?"

„Þetta er bók um **sjóræningja**!"

Karl var mjög hissa. Bók um sjóræningja? Hvers vegna myndi bók um sjóræningja segja eitthvað um úr? Það gekk ekki upp.

Súsanna útskýrði, „Nafnið á bókinni er Barbarísjóræningjar." Hún er um **Norður-Atlantshafið** og baráttu við sjóræningja frá Miðjarðarhafi og Barbarí."

„Ég skil þetta ekki ennþá. Hvað um úrið?"

„Hlustaðu," sagði Súsanna. „Samkvæmt bókinni var til frægur sjóræningi. Nafn hans var Murat Reis. Hann átti mjög **sérstakt** úr. Sagt er að það hafi haft **furðulegan mátt**."

„Furðulegan mátt? Hvers konar furðulegan mátt?" spurði Karl.

„Fólk sagði að Reis gæti ferðast í gegnum tíma." Súsanna fletti blaðsíðunni og hélt áfram, „Það segir hér að úrið hafi gagnast honum í **tímaferðalög**!"

Karl hló og sagði, „Þetta er bara **goðsögn**. Sjóræningi sem ferðaðist í gegnum tíma? Og með úri? Þetta getur ekki verið satt!" sagði Karl hlæjandi.

Á sömu stundu heyrðist hljóð inni á verkstæðinu. „Hvað var þetta?" spurði Karl.

„Ég veit það ekki," svaraði Súsanna. „Við skulum fara og athuga það!"

Vinirnir tveir fóru aftur inn á verkstæðið. Þau horfðu í kringum sig. Úrið var horfið! „Einhver hefur stolið úrinu!" hrópaði Karl.

„Sko? Þetta úr er sérstakt. Þetta er ekki venjulegt úr!" sagði Súsanna.

Þá tók Karl eftir svolitlu öðru. Dyrnar að verkstæðinu voru opnar. Skyndilega heyrði hann fótatak fyrir utan. Það var einhver að hlaupa niður götuna.

Karl horfði á Súsönnu og byrjaði að hlaupa. „Förum!" **kallaði** hann **yfir öxlina**.

Karl og Súsanna hlupu út af verkstæðinu. Þau fóru í áttina að ströndinni. Þegar þau komu þangað, horfði

Karl niður. Það voru fótspor í sandinum. Mjög djúp og stór fótspor, eins og eftir mjög **sterkbyggðan** mann.

Skyndilega stoppaði Súsanna. Hún benti á stóran **svartklæddan** mann. Hann var að hlaupa út eftir ströndinni. „Sjáðu, Karl! Þarna er hann!" **hrópaði** hún.

Karl hljóp á eftir manninum og hrópaði, „Hey! Stoppaðu! Stoppaðu strax!" Maðurinn **hunsaði** hann. Hann hélt áfram að hlaupa. Aftur **skipaði** Karl, „Stoppaðu! Stoppaðu strax!"

Maðurinn hélt áfram að hunsa Karl. Svo Karl hljóp enn hraðar. Loksins náði hann manninum. Karl **hrinti** honum og þeir ultu báðir um koll á sandinn. Maðurinn hrópaði hátt, „Þú sleppir mér! Ég hef ekkert gert þér! Þetta er úrið mitt!"

Karl stóð upp. Hann tók sér smástund til að skoða manninn. Hann var mjög sérkennilegur. Fötin hans voru ekki nútímaleg. Þau voru mjög **gamaldags**. Þau voru í stíl eins og klæðst hafði verið fyrir mörg hundruð árum. Hann var líka með einkennilegan hárstíl. Hann var frá því fyrir löngu síðan.

Karl og Súsanna horfðu á manninn. Hann stóð hægt upp. Hann hreinsaði sandinn af fötunum sínum. Hann var með úrið í hægri hendinni. Hann horfði á þau **tortryggnislega**. „Hvað viljið þið? Hvers vegna horfið þið svona á mig?" spurði hann. Sterkbyggði maðurinn talaði með mjög óvenjulegum **hreim**. Íslenskan hans hljómaði mjög undarlega.

Karl horfði á hann og sagði, „Þú stalst úrinu mínu. Þú komst inn á verkstæðið mitt og tókst það."

„Nei!" sagði sterkbyggði maðurinn. „Þú stalst því frá mér! Ég tók það bara til baka! Ég á það!"

Karl og Súsanna horfðu hvort á annað. Loksins spurði Súsanna sterkbyggða manninn, „Hver ert þú?"

„Ég er Murat Reis. Nú verðið þið að afsaka mig. Ég þarf að fara til baka til 17. aldarinnar."

Kafli 1 Upprifjun

Samantekt

Karl er úrsmiður. Hann býr á suðurströnd Íslands. Dag einn hittir hann vinkonu sína, Súsönnu, á ströndinni. Súsanna sýnir honum mjög gamalt úr. Þau fara til baka á verkstæði Karls til þess að skoða úrið. Bók segir frá því að Murat Reis hafi átt úrið. Hann notaði það til að ferðast í gegnum tíma. Skyndilega sjá Karl og Súsanna að úrið er horfið. Þau heyra fótatak. Þau elta mann eftir ströndinni. Karl nær honum. Maðurinn segist vera sjóræninginn Murat Reis. Hann vill ferðast til baka í tíma með úrið.

Orðaforði

úrsmiður (*m.*) watchmaker

rólegur (*adj.*) quiet

verkstæði (*n.*) workshop

strönd (*f.*) beach

göngutúr (*m.*) walk

öryggisvörður (*m.*) security guard

gaumgæfilega (*adv.*) carefully

Miðjarðarhaf (*n.*) Mediterranean Sea

Barbarí (*n.*) Barbary Coast

sjóræningi (*m.*) pirate

Norður-Atlantshaf (*n.*) North Atlantic Ocean

sérstakur (*adj.*) particular

furðulegur (*adj.*) strange

máttur (*m.*) power

tímaferðalag (*n.*) time travel

goðsögn (*f.*) legend

kalla yfir öxlina to call back

sterkbyggður (*adj.*) stout

svartklæddur (*adj.*) dressed in black

hrópa to shout
hunsa to ignore
skipa to demand, to order
hrinda to push
gamaldags (*adj.*) old-fashioned
tortryggnislega (*adv.*) suspiciously
hreimur (*m.*) accent

Skilningsspurningar

Veljið aðeins eitt svar við hverri spurningu.

1) Karl vinnur sem _____.
   a. úrsmiður
   b. ræstingamaður á ströndinni
   c. sjóræningi
   d. vörður

2) Í lok dagsins þykir Karli gott að _____.
   a. ganga um götur Grindavíkur
   b. ganga í kringum verkstæðið sitt
   c. ganga eftir ströndinni
   d. fræðast um úr

3) Súsanna er _____.
   a. kærasta Karls
   b. kona Karls
   c. dóttir Karls
   d. vinur Karls

4) Goðsögnin segir að úrið _____.
   a. hafi týnst fyrir löngu síðan
   b. segi hvað klukkan er
   c. hafi furðulegan mátt
   d. tilheyri frægum úrsmiði

5) Úrið hverfur af verkstæði Karls vegna þess að ____.
   a. Súsanna stelur því
   b. ókunnur maður tekur það
   c. þau týna því
   d. þau gleyma því á ströndinni

Kafli 2 – Miðjarðarhafið og Barbarí

Karl og Súsanna horfðu á furðulega manninn fyrir framan þau. Loksins tókst Karli að tala. „17. öld? Fara til baka? Meinar þú... ertu virkilega Murat Reis?" spurði hann. Maðurinn sagði ekkert. Hann var að reyna að nota úrið.

Karl færði sig nær. Maðurinn leit út eins og gamall sjóræningi. Hann var í gömlum svörtum fötum. Fötum eins og Barbarísjóræningjar klæddust. Sjóræningi, eins og þessar persónur í goðsögnum og bókum. „Getur það verið?" spurði Karl.

Loksins leit maðurinn á hann og svaraði, „Já, það er ég."

Nú skildi Karl þetta. Úrið hafði í raun og veru furðulegan mátt. „Svo goðsögnin er sönn!" sagði hann.

„Hvaða goðsögn?" spurði Murat.

„Goðsögnin um úrið þitt."

Murat horfði á Karl og Súsönnu. „Hvernig vitið þið um úrið mitt?" sagði hann.

Súsanna svaraði, „Það er sagt frá goðsögninni í bókinni okkar."

„Í bók, segir þú?" sagði Murat brosandi. „Aha! Svo ég er frægur! Gott."

„Nei... Ekki beinlínis. Bara úrið þitt."

Murat labbaði yfir ströndina. Hann var að hugsa. Hann horfði á úrið sitt og sagði, „Úrið er mitt. En ég keypti það ekki. Ég fann það. Ég tók það frá öðrum sjóræningja."

„Öðrum sjóræningja?" sagði Karl.

„Já... dauðum sjóræningja!" sagði Murat hlæjandi. Síðan varð hann alvarlegur. „Ég veit ekki hver hann var. Enginn veit það. En ég á þetta!" Hann byrjaði aftur að leika sér með úrið.

Karl **fylgdist með** Murat. Hann var að reyna að nota úrið. En það virkaði ekki. Þá áttaði Karl sig á svolitlu. Murat Reis hafði aðeins fundið úrið. Hann vissi ekki hvernig það virkaði. Murat vissi ekki heldur hvers vegna úrið hafði þennan furðulega mátt.

Karl horði á sjóræningjann og sagði, „Murat, veist þú hvernig úrið virkar?"

„Auðvitað geri ég það," hrópaði Murat. Síðan leit hann aftur á Karl. „Allt í lagi," sagði hann. „Ég veit ekki hvernig það virkar. Ég held að það sé með ýmsa **eiginleika**. Stundum held ég á því í hendi mér og það fer með mig fram í tímann. Eins og það gerði hér. Síðan, nákvæmlega sjö klukkutímum seinna, held ég aftur á því í hendi mér. Og ég fer til baka í minn tíma. Ég veit ekki hvaða eiginleikar starta því og stoppa það." Murat þagnaði.

„En af hverju gerir þú það?"

„Ég vil sjá hvernig allt hefur breyst. Það eru engir sjóræningjar til lengur. Það eru bara háar byggingar alls staðar. Og vissuð þið að það eru núna til fljúgandi tæki? Ótrúlegt!" Karl og Súsanna brostu. Þetta virtist dálítið **galið**. Murat vissi ekki margt um veröld nútímans.

Murat leit aftur á úrið. Síðan hrópaði hann. „Látið mig nú í friði! Það er næstum kominn tími. Sex klukkutímar og 58 mínútur! Bráðum get ég snúið til baka til míns tíma og staðar. Og ég má ekki vera of seinn!"

Karl og Súsanna litu hvort á annað. „Hvað heldur þú, Súsanna?" spurði Karl hljóðlega.

„Um hvað ert þú að spyrja?"

„Vilt þú fara til Miðjarðarhafsins á 17. öld?"

Súsanna hugsaði.

„Gerðu það! Það verður gaman!" sagði Karl.

„Ekki **þrýsta á** mig!" Súsanna hugsaði sig um aðeins lengur. Loks sagði hún, „Allt í lagi. Förum!"

Karl og Súsanna nálguðust Murat Reis og sögðu, „Við viljum koma með þér."

„Nei," sagði Murat.

„Hvað meinarðu með „Nei"?" spurði Karl.

„Ég meina... nei," sagði Murat. Hann horfði bara á Karl.

„En við viljum líka sjá hvernig allt hefur breyst. Við þekkjum veröld nútímans. Við viljum sjá hvernig allt *var*. Eins og þú vilt sjá hvernig allt *er*."

Skyndilega kom skrýtinn **svipur** á Murat. Það var eins og hann hefði fengið hugmynd. „Nú, bíðið þið við. Þið þekkið veröld nútímans..." Hann þagnaði.

„Allt í lagi. Þið komið með mér. Ég er kannski með verkefni fyrir ykkur. Er það í lagi?"

„Allt í lagi!" svaraði Karl. „Nú, eigum við þá öll bara að snerta úrið?"

„Já. Leggið bara hendur ykkar á úrið. **Komið ykkur í stellingar**! **Flýtið** ykkur!"

Þau snertu öll úrið. Skyndilega **fluttust** þau til Miðjarðarhafsins á 17. öld. Nóttin breyttist í dag og þau voru stödd í **búðum** sjóræningja. **Aðferðin** var **furðu**auðveld.

Karl og Súsanna **slepptu** úrinu. Nokkrir sjóræningjar voru að horfa á þau. Einn þeirra var **sterklegur** maður með dökka **húð** og sítt hár. Hann nálgaðist Murat Reis. „Góðan daginn, **skipstjóri**! Þú ert loksins kominn til baka!" Síðan horfði hann á Karl og Súsönnu og bætti við, „Og þú hefur komið með **gesti**?"

Murat brosti. „Já, Yusuf. Ég gerði það," svaraði hann. Síðan sneri hann sér að hinum sjóræningjunum. „Hlustið þið nú!" hrópaði hann. „Þetta fólk hérna er..." Murat Reis hikaði. Hann leit á gesti sína og spurði, „Ó... hvað heitið þið?"

„Karl og Súsanna," svöruðu þau.

„Alveg rétt! Menn! Þetta fólk er Karl og Súsanna!"

Sjóræningjarnir **gáfu** þeim lítinn **gaum**. Galnir hlutir gerðust oft vegna úrsins. „Já, Karl og Súsanna... " hélt Murat áfram og brosti undarlega. „Og þau ætla að hjálpa okkur. Þau ætla að hjálpa okkur að vinna í dag." Þetta fékk **mannskapinn** til þess að gefa þeim gaum. Sjóræningjarnir hrópuðu glaðlega.

„Vinna?" sagði Karl. „Vinna hvað?"

Murat sneri sér að Karli og Súsönnu. Síðan sneri hann sér aftur að mannskapnum. „Þið ætlið að hjálpa okkur að vinna **orrustuna**, Karl og... og... Súsanna."

„Orrustu?" hrópaði Súsanna. „Hvaða orrustu?"

„Þessa á móti ensku **skipunum**."

„Hvað þá? Þú sagðir ekkert um þetta!" svaraði hún.

Murat Reis virti þau bara að vettugi. „Farið þið aftur að vinna!" kallaði hann til mannskapsins. Síðan fóru hann og sjóræninginn sem hann kallaði Yusuf í **tjaldið** hans.

Karl og Súsanna voru skilin eftir ein. Þau horfðu á sjóinn. Hann var þakinn sjóræningjaskipum. Augnabliki síðar kom Yusuf til baka. „Mér þykir þetta leitt," sagði hann.

„Hvað þá? Hvers vegna þykir þér þetta leitt?" spurði Súsanna.

„Vegna þess að Murat er galinn."

Súsanna og Karl horfðu á hvort annað. „Galinn?" spurði Karl.

„Galinn," Yusuf hikaði og horfði á þau. „Gjörsamlega."

„Ég skil," svaraði Karl. „Og hvers vegna segir þú það?"

„Vegna þess að hann heldur að hann geti notað ykkur."

„Notað okkur?"

„Notað ykkur. Til þess að stoppa ensku skipin. Englendingarnir vita um úrið. Þeir vilja eignast það hvað sem það kostar. Þeir **ráðast á** okkur á hverju kvöldi. Murat verður að stoppa þá. Hann heldur því fram að þið getið hjálpað."

Það heyrðist í orrustu í fjarska. Það var verið að ráðast á fyrstu skipin. Englendingarnir voru að koma! „Hvernig vill Reis að við hjálpum?" spurði Karl.

„Hann heldur því fram að þið tvö vitið hvað á eftir að gerast. Þið eigið heima í framtíðinni..."

„Nei, nei, nei. Við vitum ekki hvað á eftir að gerast. Við vitum ekkert um þessa orrustu. Við vitum bara um úrið! Og meira að segja það er bara goðsögn!"

Yusuf leit niður. „Murat verður **vonsvikinn**. Hann vill gera hvað sem er til að halda þessu úri. Ef þið getið ekki hjálpað honum, þarf hann ekki á ykkur að halda lengur." Hann horfði alvarlegur á þau. „Það gæti **farið illa**."

Súsanna og Karl horfðu hrædd hvort á annað. „Ó... hvað getum við gert?" spurði Súsanna.

„Þið verðið að stela úrinu," útskýrði Yusuf. „Ef skipstjórinn hefur ekki úrið verður ekkert úr orrustunni!"

„Ó... allt í lagi. Hvenær?"

„Það verður mikilvæg orrusta núna **seinnipartinn**. Reis skipstjóri ætlar að taka með mörg skip í orrustuna. Þið verðið að taka úrið frá honum. Síðan ættuð þið að fara til baka til ykkar tíma og koma aldrei aftur."

Yusuf sneri til baka í tjald Murats. Karl og Súsanna sátu á ströndinni. „Hvað getum við gert? Ég er bara úrsmiður. Þú ert bara öryggisvörður," sagði Karl. „Hvernig getum við stolið frá sjóræningja?"

„Við verðum að finna leið," svaraði Súsanna. „Bíddu! Ég er með hugmynd!"

Kafli 2 Upprifjun

Samantekt

Maðurinn á ströndinni er sjóræninginn Murat Reis. Hann notar sérstakt úr til tímaferðalaga. Hann er nýkominn frá 17. öldinni. Karl og Súsanna snúa til baka með Murat til 17. aldarinnar. Þegar þau eru komin, ákveður Murat að þau geti hjálpað sér. Þau verða að vinna orrustu. Annar sjóræningi vill að Karl og Súsanna steli úrinu frá Murat. Eftir það þurfi hann ekki lengur að berjast um það.

Orðaforði

fylgjast með to watch

eiginleiki (*m.*) characteristic, attribute, *here:* factor

galinn (*adj.*) crazy

þrýsta á to put pressure on

svipur (*m.*) look (in [his] eyes)

koma sér í stellingar to get in position

flýta to hurry

flytja to transport

búðir (*f. pl.*) camp

aðferð (*f.*) process

furðu- surprisingly

sleppa to release

sterklegur (*adj.*) fit, sturdy

húð (*f.*) skin

skipstjóri (*m.*) captain

gestur (*m.*) guest

gefa gaum to pay attention to

mannskapur (*m. sing.*) men

orrusta (*f.*) battle

skip (*n.*) ship

tjald (*n.*) tent
ráðast á to attack
vonsvikinn (*adj.*) disappointed
fara illa to get ugly
seinnipartinn in the afternoon

Skilningsspurningar

Veljið aðeins eitt svar við hverri spurningu.

6) Máttur úrsins er sá að fólk getur _____.
   a. ferðast í tíma
   b. ferðast aðeins til 17. aldarinnar
   c. ferðast aðeins til 21. aldarinnar
   d. aðeins vitað hvað klukkan er

7) Murat ferðast til 17. aldarinnar með _____.
   a. Karli
   b. Súsönnu
   c. Karli og Súsönnu
   d. Yusuf

8) Murat vill _____.
   a. berjast við ensku skipin
   b. leggja á flótta undan ensku skipunum
   c. búa á Íslandi með Karli og Súsönnu
   d. gefa enska skipstjóranum úrið

9) Murat heldur að Karl og Súsanna geti _____.
   a. farið með hann til baka til síns tíma
   b. sagt honum hvað eigi eftir að gerast í orrustunni
   c. talað við ensku árásarmennina
   d. hjálpað Yusuf á skipinu

10) Yusuf segir Karli og Súsönnu að _____.
   a. fara til baka til síns tíma
   b. stela úrinu
   c. berjast við ensku skipin
   d. forða sér frá Murat

Kafli 3 – Orrustan

Nokkrum stundum síðar voru allir tilbúnir til orrustu. Murat, Yusuf, Karl og Súsanna fóru um borð í skip Murats Reis. Það var mjög stórt. Það var með margar **fallbyssur**. Sjóræninginn átti skipið sjálfur og það var **uppáhald** hans. Yusuf var aðstoðarmaður hans. Reis ferðaðist alltaf með honum.

Murat Reis stóð hátt uppi við **stýrishjólið**. Yusuf sýndi Karli og Súsönnu restina af skipinu. „Hvað finnst ykkur um skipið okkar?" spurði hann.

Súsanna horfði í kringum sig og brosti. „Vá! Ég er á alvöru sjóræningjaskipi. Þetta er ótrúlegt!" sagði hún.

Yusuf hló. „Það er ekkert merkilegt," sagði hann. „Við sjáum það á hverjum degi."

Yusuf fór aftur með Karl og Súsönnu upp að stýrishjólinu. Skipið var þegar komið á hreyfingu. Vindurinn var dálítið kaldur. En það voru engin ský. Allt sem þau sáu var blátt Miðjarðarhafið og ströndin. Það var fagurt. Þá mundi Karl svolítið. Þau voru á leiðinni í orrustu við Englendinga. Þau urðu að gera eitthvað til að **koma í veg fyrir** það!

Murat Reis horfði á sjóinn. Hann var enn við stýrishjólið. Karl og Súsanna horfðu á Murat. Skyndilega heyrðu þau rödd Yusufs fyrir aftan sig. „Jæja, hvernig ætlið þið að gera það?"

„Gera hvað?" svaraði Karl.

„Stela úrinu! Þið þurfið að gera það áður en orrustan hefst."

„Bíddu nú við," sagði Karl. „Það er það sem ég skil ekki! Hvers vegna vill Murat Súsönnu og mig hér á skipinu? Við kunnum ekki að berjast!"

„Ég sagði ykkur það. Hann heldur að þið getið einhvern veginn **sigrað** Englendingana."

Karl horfði upp. Hann sá Murat. Hann var að horfa á þau. Augu hans sýndu ekkert. Hann var bara að fylgjast með þeim.

„Ja, hann hefur rangt fyrir sér," sagði Karl. „Við getum ekki hjálpað. Ég veit ekki hvað hann heldur að við getum gert."

„Ef satt skal segja," sagði Yusuf, „ég veit ekki hvað Murat er að hugsa."

„Af hverju segir þú það?" spurði Súsanna.

„Horfið þið á sjóinn."

Karl og Súsanna horfðu. Þau töldu tíu sjóræningjaskip.

„Sjáið þið? Við erum með tíu skip," benti Yusuf á.

Súsanna skildi ekki hvað Yusuf meinti. „Já, við erum með tíu skip. Hvað með það?"

Yusuf horfði bara á hana.

„Ó, ég skil," sagði hún. „Við erum með tíu skip en Englendingarnir eru með fleiri, ekki satt?"

„Jú."

„Hversu mörgum fleiri?"

„Þeir eru með þrjátíu."

„Þrjátíu?" hrópaði Karl. „Og við erum með tíu? Þið eruð allir galnir!"

„Þess vegna vil ég stoppa þetta. Þið þurfið að stela úrinu. Við getum ekki unnið þessa orrustu. En Reis neitar að **gefast upp**. Ekki fyrir Englendingunum. Ekki fyrir neinum."

„Allt í lagi. Svo hvað getum við gert?" spurði Karl.

„Við stelum úrinu." Súsanna **greip fram í** fyrir honum. Hún horfði á Karl. „Eins og ég sagði, þá er ég með hugmynd."

Súsanna útskýrði planið. „Þú ert úrsmiður, ekki satt?"

„Jú," svaraði Karl.

„Segðu Murat að þú getir unnið orrustuna. En til þess þarft þú úrið hans."

„Og hvernig fer ég að því?"

„Segðu honum að þú vitir hvernig það virkar. Segðu að þú getir stoppað ensku skipin með **krafti** úrsins."

„Og síðan?"

„Hlauptu!"

„Þetta er virkilega lélegt plan," sagði Karl.

„En það eina sem við erum með," svaraði Súsanna. Karl samsinnti því.

Karl gekk yfir til Murats. Tíminn var **á þrotum**. Skipstjórinn var að skipa mönnum sínum fyrir.

Murat sá Karl. „Hvað viltu? Veistu um leið til að vinna?"

„Ja, já... Já, það geri ég. Komdu hérna. Ég skal segja þér frá því."

Sterkbyggði sjóræninginn og Karl gengu í burtu frá hinum. Yusuf og Súsanna **þóttust** ekki sjá neitt.

„Murat, eins og þú veist er ég úrsmiður. Ég þarf að sjá úrið þitt."

Andlit sjóræningjans **gjörbreyttist**.

„Til hvers?"

„Ef þú leyfir mér að sjá það held ég að við getum unnið orrustuna."

„Hvað meinar þú?" spurði Murat. Hann horfði tortrygginn á Karl.

Karl vissi ekki hvað hann átti að segja. Hann hugsaði sig vel um. Síðan hélt hann áfram. „Ég held að ég viti hvernig það virkar," laug hann.

„Og?"

„Ef þú leyfir mér að sjá það, get ég breytt því. Ég get breytt úrinu. Það myndi fara með okkur á annan stað. Stað sem er langt frá þessum hér. Þannig þurfum við ekki að berjast."

Það var komið að því. Ensku skipin voru komin. Þau byrjuðu að **skjóta** úr fallbyssunum. Sjóræningjaskipin skutu til baka úr fallbyssunum sínum. Skipin ultu þegar fallbyssukúlurnar lentu í kringum þau. Murat kallaði á menn sína, „Áfram nú! Haldið áfram að skjóta! Við megum ekki tapa!"

Karl reyndi að hugsa. Hann þurfti að fá úrið. Á meðan Murat var með úrið myndi hann berjast. Og án úrsins gátu hann og Súsanna ekki snúið til baka til Grindavíkur.

„Hlustaðu á mig!" hrópaði Karl. Murat hunsaði hann. Fallbyssur ensku skipanna héldu áfram að skjóta. „Leyfðu mér að sjá það!" hélt Karl áfram. „Leyfðu mér að sjá úrið!" hrópaði hann.

„Þá getum við unnið orrustuna! Við getum unnið Englendingana!"

Murat leit á hann. En hann hélt **fast** um úrið. Skyndilega flaug fallbyssuskot í gegnum stjórnvölinn. Murat missti **jafnvægið**. Hann datt. Þetta var tækifærið fyrir Karl! Hann **hrifsaði** úrið af Murat og hljóp. Murat áttaði sig á hvað hefði gerst. „Stoppaðu! Stoppið þennan mann!" hrópaði hann.

Menn Murats fóru að elta Karl. Karl henti úrinu til Súsönnu. Hún greip það **í skyndi** og hljóp. Karl hljóp á eftir henni. Þá sáu þau Murat. Hann var á leiðinni til þeirra.

Ensku fallbyssurnar skutu aftur. Murat reyndi að **þrífa í** Súsönnu. Skyndilega steig Yusuf í veg fyrir Murat til að stoppa hann. Hann var að hjálpa Súsönnu!

Súsanna var með úrið. Karl þreif í úrið. Yusuf þreif í Súsönnu til að bjarga henni. Það næsta sem þau vissu var að úrið fór að virka. Allur hópurinn ferðaðist fram í tímann. Þau voru á leiðinni á 21. öldina!

Dagur breyttist í nótt og þau voru komin til baka á Grindavíkurströndina. Murat var fyrstur til að átta sig á því hvað hefði gerst. Hann leit í kringum sig eftir úrinu. Hann sá það hvergi!

Svo sá Murat það. Það var undir fætinum á Yusuf. Hann ýtti Yusuf í burtu. Hann tók upp úrið. Það var

bilað. „Hvað hefur þú gert, Yusuf? Hvað hefur þú gert?" hrópaði Murat.

Yusuf hunsaði hann. Hann var að horfa á ströndina. Síðan leit hann á bæinn og fólkið. Þetta var í fyrsta sinn sem hann var í framtíðinni. Það var allt nýtt og dálítið skrýtið.

Murat varð **sífellt reiðari**. Hann sagði við Yusuf, „Hvað gerum við núna? Við getum ekki farið til baka! Hvað gerum við?"

Enginn sagði neitt. Loks talaði Súsanna. „Förum á verkstæðið, Murat. Karl reynir að gera við úrið þitt. Og ef hann getur gert við það, getur þú farið heim. En þá verður þú að **eyðileggja** úrið. Það er hættulegt! Það er ekki til góðs."

„Ég geri það," svaraði Murat.

Þá leit Súsanna á Yusuf. „Ég er með **bón**. Þú verður að lofa því að hjálpa Murat. Hann verður að eyðileggja úrið. Vertu viss um að hann **haldi** því ekki. **Neyddu** hann til þess ef þú þarft. Ef þú eyðileggur ekki úrið **áttu eftir að gjalda þess**. Skilur þú það?"

„Ég skil það," sagði Yusuf. „Þegar ég er kominn heim vil ég aldrei sjá þetta úr aftur!"

Að lokum leit Súsanna á Karl. „Og þú!" sagði hún brosandi. „Næst þegar þú færð klikkaða hugmynd – eins og að langa til að fara í tímaferðalag, ekki taka mig með þér!"

Karl brosti og samþykkti það.

Kafli 3 Upprifjun

Samantekt

Allir fara á skip Murats til að fara í orrustu. Yusuf segir Karli að stela fljótlega úri Murats. Karl biður Murat að sýna sér úrið. Murat neitar. Skyndilega ráðast Englendingarnir á þau. Murat dettur. Karl þrífur úrið og hleypur. Karl, Súsanna, Murat og Yusuf berjast um úrið. Úrið fer að virka. Þau ferðast til Grindavíkur á 21. öldinni. Úrið bilar á leiðinni. Karl samþykkir að gera við úr Murats. Murat lofar að eyðileggja úrið þegar hann kemur heim.

Orðaforði

fallbyssa (*f.*) canon

uppáhald (*n.*) favourite

stýrishjól (*n.*) helm

koma í veg fyrir to stop something happening

sigra to beat

gefast upp to give up

grípa fram í to jump in

kraftur (*m.*) power

á þrotum to run out

þykjast to pretend

gjörbreytast to change completely

skjóta to fire

fast (*adv.*) tightly

jafnvægi (*n.*) balance

hrifsa to grab

í skyndi quickly

þrífa í to grab

bilaður (*adj.*) broken

sífellt (*adv.*) more and more

reiður (*adj.*) angry
eyðileggja to destroy
bón (*f.*) request
halda to keep
neyða to force
þú átt eftir að gjalda þess it will be the end of you

Skilningsspurningar

Veljið aðeins eitt svar við hverri spurningu.

11) Sjóræninginn, sem heitir Yusuf, er _____.
    a. frændi Murats
    b. sonur Murats
    c. aðstoðarmaður Murats
    d. bara einhver sjóræningi

12) Yusuf segir Karli að stela úrinu og _____.
    a. berjast við Murat
    b. fara til baka á 21. öldina
    c. ferðast til 17. aldarinnar
    d. nota það til að berjast við Englendingana

13) Þegar Karl talar við Murat _____.
    a. gefur Murat honum úrið
    b. gefur Murat honum ekki úrið
    c. stelur Murat úrinu
    d. reynir Murat að fara

14) Hver er færður aftur til Grindavíkur að lokum?
    a. Karl og Súsanna
    b. Murat og Karl
    c. Murat og Yusuf
    d. Murat, Karl, Yusuf og Súsanna

15) Karl ætlar aðeins að gera við úr Murats ef hann lofar að
_____.

a. fara til baka til Miðjarðarhafsins

b. eyðileggja úrið

c. gefa sér sjóræningjaskipið sitt

d. leyfa honum að eiga úrið

Kistan

Kafli 1 – Edinborg

Einu sinni var maður sem bjó í Skotlandi. Maðurinn
var frekar gamall. Hann hét Walter.

Walter hafði aldrei gifst. Hann átti engin börn eða
fjölskyldu nálægt. Hann hafði búið einn í mörg ár, en
hann var mjög góðviljaður. Hann kom alltaf vel fram
við fólk.

Walter hafði aldrei ferðast langt í burtu. Hann hafði
ferðast um heimaslóðir sínar í Skotlandi. En hann hafði
ekki farið lengra. Nú var kominn tími til að **aðhafast**.
Hann var með **verkefni** sem hann þurfti að leysa.

Walter átti ekki mikla peninga en hann var ekki
fátækur. Hann hafði sparað svolitla peninga á yngri
árum sínum. Hann ætlaði að nota þessa peninga
í verkefnið sitt. Hann þurfti að fara til þriggja
mismunandi staða. Hann þurfti peninga fyrir mat,
hótelum og **fargjöldum**. Hann var með verkefni
sem hann þurfti að leysa og nú var kominn tími til
að gera það!

Fyrst ferðaðist Walter til Edinborgar. Margt fólk
horfði á hann þegar hann fór fram hjá. Hann hafði
ekki klippt hárið á sér í langan tíma. Hann var með
skegg. Fötin hans voru líka mjög skrýtin. Hann leit
dálítið öðruvísi út á götum stórborgarinnar.

Walter kom að The Meadows. Það var mjög stór almenningsgarður í Edinborg. Hann var fullur af fólki. Walter gekk upp að ungum manni. Maðurinn var um 25 ára gamall. Hann var að lesa svæðisblað. Hann sat uppi við tré. Hann virtist vera mjög **rólegur**.

Walter settist við hliðina á manninum. „Góðan daginn," sagði Walter.

„Halló…" svaraði maðurinn. Hann horfði tortryggnislega á Walter. Síðan hélt hann áfram að lesa.

„Hvernig hefur þú það, David?" sagði Walter.

Maðurinn leit upp. Hann var mjög hissa. Hvernig vissi þessi skrýtni maður hvað hann hét? Hann **virti** gamla manninn vandlega **fyrir sér**. „Sagðir þú David?" spurði hann.

„Já, ég gerði það."

„Hvernig veist þú nafnið mitt?"

„Ég má ekki segja þér það."

David hætti að lesa blaðið. Hann virti Walter fyrir sér. Í þetta skipti enn vandlegar. Hann leit á síða skeggið. Hann reyndi að ímynda sér hann án skeggs. Ekkert. Hann hafði enga **hugmynd** um hver gamli maðurinn var.

„Hvað viltu?" spurði David. Nú var hann orðinn mjög tortrygginn.

„Ekki hafa áhyggjur," sagði Walter. „Ég er ekki kominn til að gera þér **mein**. Ég er hér til að segja þér frá svolitlu."

„Haltu áfram."

Walter dró mynd upp úr **vasanum**. Á myndinni var **kista**. Hún leit út fyrir að vera mjög gömul. Hún leit líka út eins og það gæti verið eitthvað í henni. Eitthvað **verðmætt**.

„Hvað er þetta?" spurði David.

„Veistu ekki hvað þetta er?"

„Þetta lítur út eins og kista. Ég hef aldrei á ævinni séð hana."

Walter virti David vandlega fyrir sér. Svo benti hann á myndina. „Sjáðu þetta."

David horfði. Á kistunni var **lás**. Á lásnum voru þrjú núll. „Þetta er lás."

„Já, og...?" hélt Walter áfram.

„Það vantar **tölurnar**?" spurði David.

„**Einmitt**!" sagði Walter. „Allar tölurnar þrjár vantar!" Svo virti hann David aftur vandlega fyrir sér. „Ég þarf þessar þrjár tölur fyrir verkefnið mitt," sagði Walter.

„Verkefni? Hvaða verkefni?"

„Ég get ekki sagt þér það," svaraði gamli maðurinn rólega.

David skildi ekki hvað var að gerast. Hann hafði enga hugmynd um hvað maðurinn vildi. Hvernig gæti hann gefið manninum tölur sem hann vissi ekki? Loksins sagði Walter, „Ég er viss um að þú ert með eina af þessum tölum."

„Ég veit ekki hvað þú ert að tala um."

„Hugsaðu um það, David. Þú hlýtur að eiga gamlan **grip**. Grip með tölu á honum?"

David hugsaði sig vel um. Hann átti engan slíkan grip. Hann var viss um það. Þá mundi hann eftir svolitlu. Hann átti einn grip með tölu. Kannski var það hann?

„Þegar þú nefnir það," sagði hann spenntur, „það getur verið að ég sé með eitthvað! Bíddu hér. Ég fer að sækja hann!"

„Hvert ert þú að fara?" spurði Walter.

„Heim til mín. Ég þarf að ná í svolítið."

„Bíddu! Ég kem með þér."

David leit á manninn tortryggnislega einu sinni enn. Maðurinn var gamall. Hann virtist vera góðviljaður. Hann hugsaði með sér að það yrði ekkert vandamál. „Allt í lagi," sagði hann. „Komdu með!"

David og Walter fóru út úr garðinum. Þeir fóru til baka eftir lítilli götu. Síðan tóku þeir strætisvagn heim til Davids. Húsið hans var í öðru hverfi borgarinnar.

Á leiðinni spurði David Walter, „Hvað heitir þú?"

„Ég heiti Walter. Walter Davies."

„Og hvað hefur þú verið lengi í Edinborg, herra Davies?"

„Æi, kallaðu mig endilega Walter! Þú þarft ekki að vera svona kurteis."

„Allt í lagi, Walter. Hvað hefur þú verið lengi í Edinborg?"

„Ég hef verið hér í tvo klukkutíma."

„Virkilega? Það er ekki lengi."

„Já, en ég **kann vel við** borgina! Það er mikið af viðkunnanlegu fólki og áhugaverðum stöðum hérna."

„Já, **það er satt**."

Mennirnir tveir héldu áfram að tala. Fljótlega voru þeir komnir að húsi Davids. Húsið var lítið og **snyrtilegt**. David fór með Walter inn í **bílskúrinn**. Þar geymdi David mikið **dót** úr fortíð sinni. Hann var með dót frá því að hann var strákur. Hann átti einhverjar gamlar ljósmyndir. Hann átti meira að segja nokkrar gamlar **stílabækur** úr skóla.

„Að hverju erum við að leita hér?" spurði Walter.

„Ég mundi eftir svolitlu sem ég á. Það hljómar eins og gripurinn sem þú ert að leita að."

„Gamall gripur? Með tölu?"

„Já, gamall gripur með tölu. Bíddu aðeins. Ég ætla að leita."

David leitaði í hálftíma. Walter reyndi að hjálpa honum. David bað Walter um að setjast. Hann vildi finna hann sjálfur. Eftir klukkutíma fann David loks gripinn. „Sjáðu, Walter," sagði hann spenntur, „ég er búinn að finna hann!"

„Hvað ertu búinn að finna?" spurði Walter. Hann stóð upp og gekk til hans. Hann virti David vandlega fyrir sér, „Hvernig veist þú að þetta er það sem ég þarf?"

„Ég veit það ekki, en ég hef átt þetta lengi. Og hann er með tölu."

David **tók** gamalt klæði **utan af** gripnum. Í því var **gullhálsmen**. Og inni í hálsmeninu var tala. „Þegar þú sagðist þurfa eitthvað með tölu," byrjaði David, „mundi ég eftir þessu."

„Manstu hver gaf þér þetta hálsmen?"

„Ég er ekki viss. Ég hef átt það síðan ég var smábarn."

Walter brosti. Hann opnaði bílskúrsdyrnar. „Hvert ert þú að fara?" spurði David.

„Ég er búinn hér," svaraði Walter. „Mundu þessa tölu. Og lestu þetta." Hann rétti David bréf. Síðan gekk hann í burtu.

„Bíddu! Komdu til baka! Viltu ekki fá hálsmenið?" kallaði David. En Walter var farinn. Hann var **horfinn** út um dyrnar.

Walter fór aftur í miðborg Edinborgar. Hann tók lestina á flugvöllinn. Næsta stoppistöð var Norður-Írland.

Kafli 1 Upprifjun

Samantekt

Walter er gamall maður frá Skotlandi. Hann er með verkefni sem hann þarf að leysa. Hann er með mynd af gamalli kistu. Það er lás á kistunni. Það vantar þrjár tölur á hann. Walter spyr mann, sem heitir David, um tölurnar sem vantar. Hann segir að ein talnanna sé á grip sem David á. David leitar í bílskúrnum sínum og finnur svolítið. Hann sýnir Walter gamalt hálsmen. Það er tala í því. Walter segir að þetta sé talan sem hann þurfi. Hann gefur David bréf. Síðan fer Walter til Norður-Írlands.

Orðaforði

aðhafast to act, to take action

verkefni (*n.*) *here:* mission

fargjald (*n.*) fare

skegg (*n.*) beard

rólegur (*adj.*) calm

virða fyrir sér to observe, to study

hugmynd (*f.*) idea

mein (*n.*) harm

vasi (*m.*) pocket

kista (*f.*) chest

verðmætur (*adj.*) valuable

lás (*m.*) lock

tala (*f.*) number

einmitt (*adv.*) that's it

gripur (*m.*) object, thing, article

kunna vel við to like

það er satt there are, for sure

snyrtilegur (*adj.*) neat

bílskúr (*m.*) garage
dót (*n.*) things, stuff
stílabók (*f.*) writing-pad, notebook
taka utan af to unwrap
gullhálsmen (*n.*) gold necklace
hverfa to disappear

Skilningsspurningar

Veljið aðeins eitt svar við hverri spurningu.

1) Walter er_____.
   a. ungur maður
   b. maður á fimmtugsaldri
   c. aldraður maður
   d. ungur strákur

2) Walter talar í fyrsta skipti við David _____.
   a. á Norður-Írlandi
   b. í almenningsgarði
   c. á flugvelli
   d. í bílskúr

3) Walter sýnir David ljósmynd af _____.
   a. kistu
   b. bílskúr
   c. hálsmeni
   d. borg

4) David fer með Walter _____.
   a. á flugvöllinn
   b. í leigubíl
   c. til Norður-Írlands
   d. í bílskúr

5) Eftir að hann talaði við David fór Walter _____.
   a. til Skotlands
   b. til Lundúna
   c. til Norður-Írlands
   d. í almenningsgarð

Kafli 2 – Belfast

Nokkrum klukkutímum síðar var Walter kominn **heill á húfi** til Norður-Írlands. Borgin Belfast var full af fólki. Þar var margt spennandi að gera og sjá. En Walter var með verkefni sem hann þurfti að leysa. Hann vissi **nákvæmlega** hvert hann átti að fara.

Walter kallaði á **leigubíl**. Hann gaf bílstjóranum heimilisfang í borginni. Þeir komu sér saman um fargjald. Það var í fjarlægu hverfi Belfast. Eftir nokkurn tíma kom hann að stóru húsi.

Húsið leit út fyrir að vera mjög **dýrt**. Eigandinn hugsaði vel um það. Það var líklegt að sá sem átti húsið væri ríkur. Það var með mjög stóran garð. Það voru nokkrir hundar sem hlupu um hann. Húsið var meira að segja með tennisvöll!

Walter stóð fyrir utan. Hann horfði bara á húsið í dálitla stund. Síðan bankaði hann á dyrnar. Hann bankaði aftur og beið eftir því að einhver svaraði. „Halló?" kallaði hann. Enginn kom. Það virtist enginn vera heima. Gamli maðurinn leit í kringum sig. Hann ákvað að bíða.

Walter tók fram ljósmyndina af kistunni. Hann skoðaði hana vandlega og brosti. Hann setti myndina aftur í jakkann sinn. Hann hélt áfram að bíða.

Walter heyrði bíl **nálgast**. Eins og hann **bjóst við** var þetta dýr bíll. Það var kona inni í honum. Hún var með stór sólgleraugu. Hún sá ekki Walter.

Konan ýtti á **takka**. Bílskúrshurðin opnaðist. Hún keyrði hægt inn. Enn hafði hún ekki séð Walter.

Konan rétti út höndina aftur að takkanum. Hún var að loka bílskúrshurðinni. Walter gæti misst af henni! „Afsakaðu? Bíddu!" kallaði Walter.

Loks sá konan Walter. Hún stoppaði strax. Bílskúrshurðin var áfram opin.

„Já? Hver ert þú?" spurði hún.

„Má ég tala aðeins við þig?" spurði Walter.

Konan leit á hann tortryggnislega. Hún gekk út úr bílskúrnum. **Ráðsmaður** kom upp úr garðinum. Hann leit á konuna og sagði, „Fröken Murray? Á ég að sjá um bílinn þinn?"

„Já, Brian. Takk fyrir."

„Fröken Lucy Murray, ekki rétt?" spurði Walter.

„Jú, það er ég." Lucy virti Walter vandlega fyrir sér.

„Ég er hér til að tala við þig. Það er mikilvægt."

„Mikilvægt? Ef þetta er um **viðskipti** get ég vísað þér á skrifstofuna mína..."

„Nei. Engin viðskipti," svaraði Walter.

„Hvað er það þá?" spurði Lucy. Walter brosti bara.

„Jæja, hvað sem það er, komdu með mér. Gjörðu svo vel að koma inn í húsið."

Walter fór inn á eftir konunni. Húsið var mjög stórt. Reyndar var það risastórt. Það var líka mjög fallegt. „Átt þú allt þetta?" spurði Walter.

„Já," svaraði hún. „Ég starfa sem **hönnuður**. Ég stofnaði fyrirtæki þegar ég var 19 ára." Hún þagnaði og leit í kringum sig. „Hvað get ég sagt? Mér hefur gengið mjög vel."

„Ég sé það. **Mikil ósköp**! Þú hlýtur að hafa unnið mikið."

„Já. Ég hef **lagt hart að mér**." Hún **fór** aftur **af stað**. „Gjörðu svo vel að fylgja mér."

Walter og Lucy gengu upp nokkrar tröppur. Þau komu að stórum dyrum. Hurðin var úr **viði** og mjög falleg. Hún var með **gamaldags sniði**.

„Er húsið þitt mjög gamalt?" spurði Walter.

Lucy brosti.„Nei, það er það ekki. Ég hef mjög gamaldags **smekk**."

Lucy opnaði dyrnar. Walter leit hissa í kringum sig. Þetta var risastórt herbergi. Það var fullt af fallegum dýrum húsgögnum. Það var líka mjög hreint og snyrtilegt.

Ráðsmaðurinn Brian kom inn stuttu seinna. Hann var með síðdegiste.

„Herra…" sagði Brian.

„Kallaðu mig endilega Walter."

„Walter, viltu fá eitthvað að drekka?"

„Já, tebolla. Þakka þér fyrir."

Lucy fór úr jakkanum sínum. Þetta var mjög heitur dagur. Brian talaði við Walter aftur. „Má ég taka jakkann þinn, herra?" Walter fór úr jakkanum. Hann rétti ráðsmanninum hann. Brian fór út úr herberginu og kom fljótlega til baka. Hann rétti Walter heitt te. Síðan skildi hann Lucy og Walter eftir ein.

Lucy og Walter settust niður. Þau horfðu hvort á annað. „Vertu velkominn í húsið mitt, Walter. Má ég spyrja af hverju þú ert kominn?"

Walter drakk af teinu. Síðan setti hann bollann sinn á borðið. „Ég þarf að vita tölu," sagði hann rólega.

Eins og David varð Lucy hissa. „Tölu?" spurði hún.

„Já, tölu."

„Sérstaka tölu?" spurði Lucy.

„Já. Hún yrði á einhverjum grip sem þú átt.
Reyndu endilega að muna eftir honum."

Lucy hugsaði sig um dálitla stund. Hún reyndi að
skilja hvað Walter **átti við**. Ólíkt David, mundi hún
hins vegar ekki eftir neinu.

„Ég veit ekki hvað þú átt við. Ef þú gætir
vinsamlega útskýrt..."

Walter leit í kringum sig. „Önnur talan hlýtur að
vera hér einhvers staðar," hugsaði hann. Auðvitað,
ljósmyndin! Hann þurfti að sýna henni ljósmyndina!

„Gæti ráðsmaðurinn þinn komið með jakkann
minn?" spurði Walter.

„Auðvitað," svaraði Lucy.

Brian fór út úr herberginu. Eftir nokkrar sekúndur
kom hann til baka með jakka Walters. Walter **seildist**
með höndina inn í jakkann sinn. Hann var með
mörgum vösum. Það var erfitt að finna myndina. Það
tók sinn tíma. Lucy var að missa **þolinmæðina**.

Loks fann hann hana. „Hérna er hún!" sagði
Walter hlæjandi. „Ég er með hana! Okkur vantar tölu
fyrir þetta."

Hann setti myndina af kistunni á borðið. Lucy tók
upp myndina. Hún horfði vandlega á hana. Allt í
einu mundi hún eftir svolitlu!

„Ég veit ekki af hverju... En ég held að ég muni
eftir svolitlu," sagði hún.

„Hugsaðu, Lucy, hugsaðu," sagði Walter.

Lucy stóð upp. „Komdu með mér, Walter," sagði hún. „Ég veit hvorki hver þú ert né hvað þú vilt. En þú hefur látið mig muna eftir svolitlu."

Walter brosti. Þau Lucy fór út úr húsinu. Þau fóru inn í litla byggingu við hliðina á því. Byggingin var að innan eins og lítið **einkasafn**. Þar voru margar teikningar, málverk og aðrir dýrmætir hlutir.

Nálægt fallegri teikningu fann Lucy lítið box. Hún opnaði það. Það var hálsmen í því. Hálsmenið var alveg eins og það sem David átti. Það var mjög gamalt en Lucy tókst að opna það. Hún gat ennþá lesið töluna inni í því.

Lucy rétti Walter hálsmenið. Hann leit á það vandlega. „Allt í lagi. Þetta er allt sem ég þurfti," sagði hann rólega.

„Ég skil þetta ekki ennþá, Walter. Hvað er það sem þú vilt? Kistan **minnti** mig **á** hálsmenið. En ég veit ekki hvers vegna. Veist þú það? Er það mikilvægt?"

Walter þagnaði um stund. „Ég verð að fara núna, Lucy. Gjörðu svo vel að spyrja mig ekki frekar." Hann rétti henni bréf. Síðan þagnaði Walter og sagði svo, „Mundu töluna. Og lestu þetta. Það mun hjálpa þér."

Walter sneri sér við og fór út úr húsi Lucyar. Þar sem hann hvarf kallaði hann, „Ég er á leiðinni til Lundúna! Sjáumst bráðum aftur, Lucy!"

Lucy **kvaddi** hann ekki. Hún gat það ekki. Hún hafði ekki hugmynd um hvers vegna Walter hafði komið. Hún leit á bréfið. Þetta virtist allt mjög **grunsamlegt**, en samt einhvern veginn mikilvægt. Hún vildi frekar gleyma þessu öllu. En hún myndi leyfa gamla manninum að skemmta sér. Hún opnaði bréfið hægt.

Kafli 2 Upprifjun

Samantekt

Walter fer til Belfast. Hann heimsækir konu sem heitir Lucy.
Hún býr í stóru húsi. Walter segir Lucy frá kistunni. Hann
biður hana um að muna eftir tölu. Loks man hún svolítið.
Hún sýnir Walter gamalt hálsmen. Það er tala inni í því. Lucy
er með margar spurningar. Walter svarar þeim ekki. Hann
gefur Lucy bréf og kveður. Lucy fer að lesa bréfið.

Orðaforði

heill á húfi safely

nákvæmlega (*adv.*) exactly

leigubíll (*m.*) taxi

dýr (*adj.*) expensive

nálgast to approach

búast við to expect

takki (*m.*) button

ráðsmaður (*m.*) housekeeper

viðskipti (*n. pl.*) business

hönnuður (*m.*) designer

mikil ósköp! *an exclamation of surprise or admiration*

leggja hart að sér to work hard

fara af stað to start moving, to start walking

viður (*m.*) wood

gamaldags (*adj.*) old-fashioned, traditional

snið (*n.*) design, pattern

smekkur (*m.*) taste

eiga við to mean

seilast to reach, to stretch

þolinmæði (*f.*) patience

einkasafn (*n.*) private museum

minna á to remind one of

kveðja to say goodbye

grunsamlegur (*adj.*) suspicious

Skilningsspurningar

Veljið aðeins eitt svar við hverri spurningu.

6) Húsið hennar Lucyar er _____.
   a. stórt og fallegt
   b. lítið en fallegt
   c. meðalstórt
   d. stórt en ekki mjög fallegt

7) Ráðsmaðurinn heitir _____.
   a. Brian
   b. Walter
   c. David
   d. Lucy

8) Lucy man tölu þegar Walter _____.
   a. talar um töluna
   b. sýnir henni ljósmyndina af kistunni
   c. talar um kistuna
   d. talar um hálsmen

9) Lucy _____.
   a. skilur ekki hvað er að gerast
   b. veit hvað Walter er að gera
   c. ætlar ekki að leyfa Walter að skemmta sér
   d. getur ekki hjálpað Walter

10) Eftir að hann kveður, _____.
   a. fer Walter til Belfast
   b. fer Walter til Edinborgar
   c. hvílir Walter sig í einn dag
   d. fer Walter til Lundúna

Kafli 3 – Lundúnir

Á flugvellinum í Belfast keypti Walter sér mat fyrir ferðalagið. Það sem hann þurfti raunar var **hvíld**. Hann var að verða þreyttur. Þá mundi hann. Það var bara ein manneskja enn sem hann þurfti að hitta. Þá væri verkefninu lokið!

Walter gekk um borð í flugið sitt. Skömmu seinna kom hann til Lundúna. Eins og venjulega tók hann leigubíl inn í borgina. Á leiðinni keyrði bíllinn fram hjá Tate Modern-listasafninu. Walter gat séð hvað listasafnið var stórt. Hann spurði bílstjórann, „Hefur þú farið á Tate-safnið?"

„Já. Það er ágætt, en myndlistin er mjög skrýtin. Hún er mjög nútímaleg. Of mörg skrýtin form og litir... ég vil heldur hefðbundna list." Hann horfði út um glugga á meðan leigubíllinn keyrði áfram.

Loksins kom Walter í miðborg Lundúna. Hann borgaði bílstjóranum og fór út. Síðan horfði hann í kringum sig. Það var svo margt að sjá. En hann þurfti að **einbeita sér**! Verkefni hans var næstum því lokið.

Walter vissi ekki nákvæmlega hvar hús þriðju manneskjunnar var. Hann stoppaði mann á götu og sýndi honum heimilisfangið. „Afsakaðu. Hvernig kemst ég hingað?" spurði hann.

„Ó, ég þekki þennan stað," svaraði maðurinn. „Hann er við hliðina á **bátaleigunni**." Hann **vísaði** Walter **til vegar**.

„Þakka þér fyrir!" kallaði Walter og gekk í burtu.

Walter ákvað að ganga. Það var gott fyrir heilsuna að ganga. Það voru líka mikilvægir hlutir að gerast. Walter gafst þannig tími til að **íhuga** hlutina.

Loksins kom Walter að bátaleigunni. Við hliðina á henni var lítið timburhús. „Ég vona að það sé einhver heima í þetta skipti!" hugsaði hann. Hann mundi eftir Lucy í Belfast. Honum þótti ekki gaman að bíða. Hann var líka óþolinmóður.

Walter bankaði á dyrnar. Ungur maður, um 25 ára, opnaði. Hann leit út dálítið eins og Walter, en án skeggsins. „Halló!" sagði maðurinn. „Hvað get ég gert fyrir þig? Viltu leigja bát? Kannski bóka ferð?"

„Nei," svaraði Walter. „Ég heiti Walter," hélt hann áfram. „Mig langar að tala við þig, herra."

„Það er óþarfi að kalla mig herra! Kallaðu mig endilega Alan."

„Allt í lagi, Alan. Mig langar að tala við þig, ef ég má."

„Auðvitað, Walter. Komdu inn."

Walter horfði í kringum sig. Húsið var mjög hefðbundið og fábrotið. Eigandi þess virtist einnig hefðbundinn og fábrotinn. Alan var í fábrotnum fötum. Hann var með hefðbundinn smekk. Allt var mjög hreint og snyrtilegt.

„Jæja?" sagði Alan. „Þú vildir tala við mig?" Walter fór að tala. En þá **tók** hann **eftir** svolitlu. Alan var

með hring á hendinni. Það var tala á hringnum.
Walter fór að hlæja.

„**Hvað er að**?" spurði Alan áhyggjufullur.

„Ég hélt að mér yrði þetta erfiðara!"

„Fyrirgefðu?" sagði Alan.

„Þessi hringur sem þú ert með... Hver gaf þér hann?"

„Þetta er gjöf frá því fyrir mörgum árum. Þegar ég var bara smástrákur. Ég man ekki hver gaf mér hann. Ég held að hann hafi einu sinni verið hálsmen."

Walter leit á töluna. Hann var búinn að finna allar þrjár tölurnar. Verkefninu hans var lokið... næstum því. Það voru enn fáeinir hlutir sem þurfti að gera.

„Alan," byrjaði Walter. „Sjáðu þetta." Hann sýndi Alan ljósmyndina af kistunni. „Það er lás á þessari kistu. Það þarf þrjár einstakar tölur til að opna hann. Og þrjár aðskildar manneskjur eru með þessar tölur. Þú ert ein af þessum manneskjum."

Alan leit undarlega á hann. Svo spurði hann, „Og hvað er í kistunni?"

„Ég get ekki sagt þér það núna strax."

„En af hverju er ég með eina af þessum tölum?"

„Ég get ekki heldur sagt þér það," svaraði Walter. Hann vildi ekki segja meira. Ekki enn.

Walter rétti Alan bréf og hélt svo áfram. „Gjörðu svo vel að lesa þetta bréf. Hinar manneskjurnar tvær eru með nákvæmlega **eins** bréf. Í bréfunum er ykkur sagt hvað þið eigið að gera. Ég verð að fara núna. **Treystu** mér, við sjáumst bráðum aftur." Walter sneri sér við og fór.

Alan var svo hissa að hann vissi ekki hvað hann átti að gera. Svo hann opnaði bréfið. Þar stóð:

Kæru David, Lucy og Alan,

*takk fyrir að lesa bréfið mitt. Eins og þið vitið hef
ég hjálpað ykkur að finna tölu. Það eru tvær aðrar
manneskjur með tölur. Þessar einstöku tölur hafa enga
þýðingu. Saman opna þessar þrjár tölur kistu í Skotlandi.
Kistan er heima hjá mér. Ég vil* **bjóða** *ykkur að koma
þangað. Gjörið svo vel að hitta mig þar eftir þrjá daga.*

*Ég hef ekkert annað að skrifa. Ég bið að þið reynið ekki
að hafa samband við mig. Bráðum munuð þið vita hver
ég er. En í dag er ekki sá dagur. Góða ferð!*

Kveðjur,
Walter

Þremur dögum seinna komu David, Lucy og
Alan til Edinborgar. Þau fóru öll á sama staðinn en
heimilsfang Walters hafði verið gefið upp í bréfinu.

Lucy og Alan komu þangað fyrst. Svo kom David.
„Hæ," sagði David.

„Halló," sögðu Lucy og Alan.

Öll þrjú hikuðu í nokkrar sekúndur. Að lokum
spurði David, „Hvað erum við að gera hér?"

„Hafið þið lesið bréfið?" sagði Lucy spennt.

„Já," svöruðu mennirnir.

„En ég hef enga hugmynd **um hvað þetta
snýst**," bætti David við.

„Jæja, förum inn og komumst að því," sagði Lucy.
Hún bankaði á dyrnar.

Walter opnaði dyrnar. Hann var **vel til fara**. Þetta var eftir allt saman mjög sérstakur viðburður. „Halló," sagði hann rólega. Svo bauð hann þeim inn og sagði, „Takk fyrir að koma."

Húsið var snyrtilegt og einfalt. Það var mjög hefðbundið. Walter bauð þeim te en enginn vildi það. Þau voru of spennt. Loks brosti Walter og sagði, „Komið þið með mér."

Walter fór með Alan, Lucy og David inn í herbergi. Þar í miðjunni var kistan. Þau hlupu að kistunni. Þau voru öll hvert með sína töluna. Þau voru **tilbúin** að opna hana.

David byrjaði. Síðan setti Lucy inn töluna sína. Loks var komið að Alan. Þegar hann setti inn töluna sína gaf lásinn frá sér hljóð. Alan lyfti lokinu á kistunni. Hún var troðfull af dóti. Ofan á dótinu var annað bréf.

Alan hló. „Ha! Annað bréf? Ég trúi því ekki!"

„Vill einhver lesa það?" sagði Lucy.

„Ég les það," sagði David.

David tók bréfið úr kistunni. Hann las upp fyrir hina:

Halló David, Lucy og Alan. Þakka ykkur kærlega fyrir að koma. Ég hef kallað ykkur hingað í sérstökum **tilgangi**. *Þið vitið öll að þið voruð* **ættleidd**. *Ég athugaði það hjá* **umboðsskrifstofunni**.

Hendurnar á David **skulfu**. „Á það við ykkur líka?"

„Já," sagði Alan.

„Mig líka. Haltu nú endilega áfram að lesa," sagði Lucy.

*Þið þrjú, þið... eruð **systkin**. Ég er frændi ykkar. Móðir ykkar var systir mín. Hún og faðir ykkar dóu í **slysi**. Það gerðist rétt eftir að David **fæddist**. Þetta eru **eigur** foreldra ykkar. Hálsmenin eru líka frá þeim.*

*Eftir **hræðilegan** missi foreldra ykkar var ég einn eftir af fjölskyldunni ykkar. Ég reyndi að halda okkur saman sem venjulegri fjölskyldu. En ég gat ekki einsamall séð um smábarn og tvö ung börn. Ég þurfti að láta ættleiða ykkur. Ég vildi ekki setja ykkur á **munaðarleysingjahæli**. En ég vildi sjá til þess að þið ættuð elskandi foreldra. Ég vildi að þið lifðuð besta mögulega lífinu. Þess vegna bað ég ættleiðingarskrifstofuna um að hjálpa mér.*

*Núna þegar þið eruð öll orðin fullorðin var kominn tími til að segja ykkur frá þessu. Þið eigið fleiri **ættingja** en þá sem þið þekkið og elskið. Horfið í kringum ykkur. Ég býð ykkur að **kynnast** bræðrum ykkar, systur – og móðurbróður ykkar, mér!*

Kærar kveðjur,
Walter

Þau David, Lucy og Alan horfðu hvert á annað. Síðan sneru þau sér við. Þar stóð Walter – móðurbróðir þeirra. Hann horfði á þau og brosti. „Ég hef svo margt að segja ykkur!" sagði hann rólega.

Kafli 3 Upprifjun

Samantekt

Walter fer til Lundúna. Hann kemur að húsi þriðju manneskjunnar, Alans. Alan hefur þriðju töluna. Walter býður David, Lucy og Alan að koma heim til sín. Þau koma til Edinborgar. Þau eru tilbúin að opna kistuna. Þau fara heim til Walters og setja inn tölurnar sínar. Kistan opnast. Í henni eru margir hlutir. Þar er líka bréf. Í bréfinu er útskýrt að þau séu systkin og að Walter sé móðurbróðir þeirra.

Orðaforði

hvíld (*f.*) rest

einbeita sér to focus, to concentrate

bátaleiga (*f.*) boat rental (shop)

vísa til vegar to show the way

íhuga to consider

taka eftir to notice

hvað er að? what is the matter? what is wrong?

eins (*adj.*) identical

treysta to trust

bjóða to invite

um hvað þetta snýst what this is about

vel til fara dressed nicely

tilbúinn (*adj.*) ready

tilgangur (*m.*) purpose

ættleiða to adopt

umboðsskrifstofa (*f.*) agency

skjálfa to shake

systkin (*n.pl.*) siblings

slys (*n.*) accident

fæðast to be born
eigur (*f. pl.*) things, possessions
hræðilegur (*adj.*) terrible
munaðarleysingjahæli (*n.*) orphanage
ættingi (*m.*) family member
kynnast to meet, to get to know

Skilningsspurningar

Veljið aðeins eitt svar við hverri spurningu.

11) Walter fer til _____.
   a. Edinborgar og Belfast
   b. aðeins Belfast
   c. Lundúna og Skotlands
   d. aðeins Lundúna

12) Walter talar við leigubílstjórann um _____.
   a. fjölskyldu leigubílstjórans
   b. fjölskyldu Walters
   c. listasafn
   d. ferðina sína til Lundúna

13) Alan býr _____.
   a. nálægt almenningsgarði
   b. á báti
   c. í litlu þorpi
   d. nálægt ánni

14) Að lokum finna þau í kistunni _____.
   a. bara eitt bréf
   b. bréf og mikið af dóti
   c. bréf frá foreldrum fólksins
   d. peninga

15) David, Lucy og Alan eru _____.
    a. frændfólk
    b. systkin
    c. vinir
    d. börn

Óþekkt landsvæði

Kafli 1 – Ný lönd

Fyrir hundruðum ára bjuggu víkingar í Norður-Evrópu. Þetta tímabil sögunnar er kallað víkingaöldin. **Landsvæði** þeirra var kalt. Það var ekki mjög **slétt**. Það var **þakið** fjöllum. Því gátu þeir ekki **framleitt** mikinn mat. Það gæti verið ástæðan fyrir því að víkingarnir voru alltaf að leita að nýjum landsvæðum.

Á víkingaöld var bær sem hét Ásvöllur. Á Ásvelli bjó ungur maður. Hann var aðeins eldri en 20 ára. Hann hét Þorlákur.

Þorlákur var mjög **sterklegur**. Hann var hávaxinn og **myndarlegur**. Hann var með sítt brúnt hár og stórt nef. Hann var með breiðan munn og sterka handleggi og fótleggi.

Síðdegi eitt kom Þorlákur heim frá **veiðum**. Í bænum Ásvelli var fullt af fólki. Sólin skein. Það var dálítið kalt. Á leiðinni heim sá Þorlákur velþekktan **landkönnuð**. Nafn hans var Njörður. Njörður eyddi miklum tíma í burtu frá Ásvelli. Hann kannaði ný lönd. Hann leitaði að nýjum stöðum til að rækta mat.

Þorlákur veifaði til Njarðar. „Halló!" kallaði hann.

„Þorlákur!" svaraði Njörður.

„ Njörður. Ert þú ennþá í bænum?"

„Já. Ég verð hérna tvær nætur í viðbót."

„Og hvert ferð þú eftir það?"

„Ég veit það ekki **fyrir víst**. Áskell **höfðingi** segir að það sé mjög langt í burtu."

Þorlákur bar mikla **virðingu** fyrir Áskeli höfðingja. Hann var stórvaxinn maður. Hann var með síðasta hárið sem Þorlákur hafði nokkurn tíma séð! Hann var líka með stóra **vöðva** og alvarlega rödd. Áskell var mjög **strangur** maður. Hann setti margar reglur og mörg lög. Stundum var hann grimmur. En flest fólk taldi Áskel vera góðan **leiðtoga**.

„Er Áskell höfðingi með nýjar **fyrirætlanir**?" spurði Þorlákur með áhuga.

„Já, en hann hefur ekki sagt okkur frá þeim. Hann hefur bara sagt að við þurfum að fara lengra."

Áskell höfðingi sendi oft út **leiðangra**. Það var kannað fyrir utan bæinn. Ásvöllur var lítill staður. Hann stóð við fjöll nokkur og lítið vatn. Nálægt vatninu var **á** sem lá niður að sjónum. Á sumrin var nógur matur. En á veturna voru dýrin og plönturnar **uppurin**. Það var ekki mikill matur til. Síðasta vetur hafði fólk dáið. Áskell höfðingi vissi að hann þyrfti bráðum að finna ný lönd.

„Góðar fréttir!" sagði Þorlákur. „Ég vil ekki að við búum við **matarskort** næsta vetur!"

„Ekki ég heldur. Fjölskyldan mín þarf að borða betur. Ég get ekki gefið þeim bara kjöt **í öll mál**."

Þorlákur hafði aldrei hitt fjölskyldu Njarðar. Hann vissi bara að faðir Njarðar var frægur landkönnuður.

„Njörður, ég þarf að fara," sagði Þorlákur loks.

„Ég verð að hreinsa dýrin sem ég var að skjóta.
Fjölskyldan mín vill selja kjötið."
„Allt í lagi, piltur. Vertu sæll."

Þorlákur fór heim til sín. Hann talaði við foreldra
sína og systur. Fjölskylda hans voru bændur.
Þau áttu lítinn **landskika**. Þau ræktuðu ýmsar
nytjaplöntur. Þau ræktuðu einnig dýr. Þau héldu
kvendýrunum. Þau seldu karldýrin. Þau seldu einnig
kjötið af dýrunum sem Þorlákur veiddi. Þau unnu sér
inn peninga, en það var aldrei nóg.

Um nóttina gat Þorlákur ekki sofið. Það var of
margt að hugsa um. Hvert ætlaði Áskell höfðingi?
Um hvað **snerist** þessi nýi leiðangur?

Tveimur dögum seinna fór Þorlákur aftur að veiða.
Það voru sífellt færri dýr. Það var farið að vetra. Það
var að verða erfiðara að finna nokkuð að skjóta!
Þorlákur kom til baka af veiðum. Hann hitti Njörð
aftur. Njörður gekk hratt. „Þorlákur! Komdu fljótt!"
kallaði hann.

„Hvað er að gerast, Njörður?"
„Áskell höfðingi hefur **boðað** fund. Allir bæjarbúar
eiga að mæta."
„Ætlar hann að segja okkur frá fyrirætlunum
sínum?"
„Mjög líklega, já! Ég verð að fara. Farðu heim með
þetta kjöt og komdu strax!"

Þorlákur fór heim með kjötið og gekk hratt að
Mikluhöll. Miklahöll var mjög stórt hús byggt úr
timbri. Veggirnir voru þaktir myndum af goðum

víkinganna. Höllin var hús Áskels höfðingja. Hann bjó þar með konu sinni og fjórum börnum. Allt fólkið sem þjónaði fjölskyldunni hans og bænum bjó þar einnig.

Umræður og fundir fóru oft fram inni í Mikluhöll. Það var **vani** Áskels höfðingja að boða alla saman. Þá komu allir bæjarbúarnir. Það var tækifæri til að fá mikilvægar upplýsingar. Og það var einmitt það sem fólkið fékk í þetta skipti.

Kafli 1 Upprifjun

Samantekt

Þorlákur er veiðimaður á víkingaöld. Hann býr í bæ sem heitir Ásvöllur. Áskell höfðingi er leiðtogi Ásvallar. Njörður er landkönnuður. Hann finnur ný lönd fyrir Áskel höfðingja. Njörður segir Þorláki að Áskell höfðingi sé með nýjar fyrirætlanir. Áskell vilji kanna lengra í burtu. Áskell höfðingi boðar fund. Allir bæjarbúarnir koma til að heyra mikilvægu fréttirnar.

Orðaforði

landsvæði (*n.*) territory

sléttur (*adj.*) level

þekja to cover

framleiða to produce

sterklegur (*adj.*) powerful, strong

myndarlegur (*adj.*) handsome

veiðar (*f. pl.*) hunting

landkönnuður (*m.*) explorer

fyrir víst exactly, for certain

höfðingi (*m.*) chief

virðing (*f.*) respect

vöðvi (*m.*) muscle

strangur (*adj.*) strict

leiðtogi (*m.*) leader

fyrirætlun (*f.*) plan, intention

leiðangur (*m.*) expedition

á (*f.*) river

uppurinn (*adj.*) gone, used up

matarskortur (*m.*) shortage of food

í öll mál every meal

landskiki (*m.*) piece of land
nytjaplanta (*f.*) crop
snúast um to be about (a subject)
boða to call together, to summon
vani (*m.*) custom, habit

Skilningsspurningar

Veljið aðeins eitt svar við hverri spurningu.

1) Þorlákur er _____.
   a. könnuður
   b. veiðimaður
   c. höfðingi
   d. bóndi

2) Njörður er _____.
   a. könnuður
   b. veiðimaður
   c. höfðingi
   d. bóndi

3) Áskell er _____.
   a. leiðtogi könnuðanna
   b. prestur
   c. bóndi
   d. leiðtogi bæjarins

4) Þorpið Ásvöll _____.
   a. vantar aldrei mat
   b. vantar meiri mat á sumrin
   c. vantar meiri mat á veturna
   d. vantar fleiri veiðimenn

5) Njörður heldur að fundurinn sé líklega um _____.
   a. matarskortinn á Ásvelli þessa stundina
   b. landkönnunarfyriraætlanir Njarðar
   c. veiðifyriraætlanir Þorláks
   d. landkönnunarfyriraætlanir Áskels höfðingja

Kafli 2 – Vesturferðin

Fundurinn fór eins og Þorlákur hafði **vænst**. Hann snerist um fyrirætlun Áskels höfðingja um næsta leiðangur. Það var satt. Áskell vildi fara lengra, miklu lengra.

Áskell höfðingi tilkynnti nýju fyrirætlun sína. Hann vildi fara út fyrir fjöllin og yfir vatnið. Hann vildi fara með ánni niður að sjónum. Hann vildi ferðast yfir hafið til að finna nýtt land. Fyrirætlun hans var að fara eins langt vestur og mögulegt var.

Ásvallarbúar voru hissa, þar á meðal Þorlákur og Njörður. Samt samþykktu allir leiðangurinn. Það var farið að smíða og **skipuleggja**.

Mánuður leið. Hann leið mjög hægt. Það var næstum kominn vetur. Ásvallarbúar vissu að þeir myndu bráðum þurfa meiri mat. Þeir vildu forðast skort. Vonandi yrði þetta síðasti hungurveturinn.

Njörður stjórnaði skipasmíðinni. Skipin voru byggð úr trjám nálægt ánni. Áskell höfðingi heimsótti oft byggingarsvæðið. Hann vildi fylgjast með **framförum**. „Segðu mér, Njörður," sagði Áskell. „Hvenær getum við siglt? Ég sé að einhver skipanna eru nú þegar á ánni." Síðan bætti hann við með alvarlegri rödd, „Við þurfum að sigla áður en langt um líður."

„Ég veit það ekki fyrir víst, höfðingi. Kannski eftir viku? Kannski fyrr."

„Eftir viku? Vel af sér vikið!"

„Já, timbrið er gott og sterkt. Og byggingarmenn okkar eru mjög **hæfir**," útskýrði Njörður.

Þá nótt **flutti** Áskell höfðingi aðra **ræðu** í Mikluhöll. Það var kominn tími til að ákveða hverjir skyldu fara á skipunum. Það var aðeins pláss fyrir 75 menn. Hver á eftir öðrum réttu menn upp hönd til að bjóða sig fram til fararinnar. Flestir þeirra voru **bardagamenn**. Bardagamennirnir voru mjög vel þjálfaðir. Hæfileikar þeirra kæmu sér vel í leiðangrinum.

Þorlákur vildi líka fara með. Þó að hann væri ekki bardagamaður var hann mjög góður að veiða. Matur var alltaf mikilvægur í leiðangri. Þorlákur rétti upp höndina. „Þú veist ekki hvaða mat verður að finna," sagði Þorlákur við höfðingjann. „Þú þarft á veiðimönnum að halda. Ég kann að veiða hvar sem er og hvað sem er," sagði hann.

Áskell höfðingi leit á hann og sagði, „Allt í lagi, Þorlákur. Þú kemur með okkur."

Frá því augnabliki gat Þorlákur ekki beðið þess að leiðangurinn byrjaði. Þegar dagurinn kom bjuggu Áskell höfðingi, Njörður, Þorlákur og hinir víkingarnir sig undir að sigla. Þeir báðu goðin um að hjálpa sér. Konurnar þeirra og fjölskyldur kvöddu þá. Áskell setti stjórnina í hendur konu sinnar á meðan hann væri í burtu. Hún kom líka til að ræða ýmislegt við mennina. Hún hvatti þá líka áfram. Þetta yrði löng ferð. Loks fóru mennirnir um borð í skipin. Víkingarnir lögðu af stað.

Skipin þrjú sigldu til vesturs. Þau voru í fyrirtaks**ástandi**. Allir virtust **hressir**. Fyrstu vikurnar liðu hjá án vandamála.

Fáeinum vikum seinna **miðaði** skipunum vel **áfram**. Landkönnuðirnir sáu enn ekkert land, bara vatn. Þeir sáu jafnvel ekki **fugla**. Fuglar þýddu að land væri í nánd.

Nokkrir víkinganna fóru að **draga** Áskel höfðingja **í efa**. „Áskell höfðingi, ert þú viss um að það sé land til vesturs?" spurði einn mannanna.

„Ég er alveg fullviss."

„Hvað gerist ef við getum þetta ekki?"

Áskell höfðingi reiddist. „**Okkur mistekst** ekki!" hrópaði hann. „Það er land til vesturs. Maður sagði mér frá því. Maður sem sá það með eigin augum. Skilurðu? **Snautaðu** nú **í burtu**," sagði höfðinginn. Samtalinu var lokið.

Áskell var sterkur og ákveðinn. Honum mislíkaði að fólk drægi hann í efa. En hann vissi að mennirnir höfðu ekki sína sterku **sannfæringu**. Fyrir þeim var þetta óljóst. Hann ákvað að tala við hina á skipinu. „Það er land til vesturs!" hrópaði hann til hinna landkönnuðanna. „Ég get sannað það! Skiljið þið mig? Ég hef **sönnunargagn**!" Hann hélt uppi lítilli **dulu**. Á dulunni voru **einkennilegar** myndir. „Einhver bjó þetta til. Þið verðið að trúa mér! Ég veit að landið er þarna!"

Víkingarnir **þögðu** og héldu áfram að sigla. En þeir höfðu allir sömu spurningu í huga. „Hver sagði Áskeli höfðingja að það væri land til vesturs?"

Seinna sama daginn fór skyndilega að rigna. Vindurinn varð sterkari. Sjórinn fór að verða **úfinn**. Bráðum kom meiri stormur en þeir höfðu nokkru sinni áður séð. Hann skall svo sterklega á skipunum að þeir gátu varla siglt. Víkingarnir börðust við að halda skipunum þremur saman.

Að lokum leið stormurinn hjá. Áskell höfðingi gat aftur séð himininn. Hann athugaði hvar skipin voru. Þá reiddist hann. Stormurinn hafði breytt **stefnu** þeirra! Áskell gat ekki verið viss um hvar þeir væru. Höfðinginn gat ekki sagt mönnunum það. Hann þurfti bara að vona að hann hefði ennþá rétt fyrir sér. Það hlaut að vera land ef þeir færu í vestur.

Fleiri dögum seinna vaknaði Þorlákur snemma dags. Hann horfði upp til himins. Allt í einu sá hann eitthvað. Í fyrstu trúði hann því ekki. Svo horfði hann aftur upp. Jú, þeir voru virkilega þarna!

Þorlákur hljóp til Njarðar. „Njörður! Njörður! Vaknaðu!" hrópaði hann.

„Hvað er að gerast?" sagði landkönnuðurinn, með augun ennþá lokuð.

„Það eru fuglar!"

„Hvað þá?"

„Það eru fuglar á himninum! Það er land nálægt!"

Augun í Nirði opnuðust fljótt. Hann leit upp. Þarna, langt til vesturs, sá hann fugla! „Það er þá satt!" hrópaði hann.

Njörður fór á fætur. Hann þurfti að tilkynna höfðingjanum um þetta. Þorlákur fór með honum. „Áskell höfðingi, vaknaðu!" hrópaði Njörður.

Áskell höfðingi vaknaði fljótt. „Njörður? Þorlákur? Hvað hefur gerst?"

„Það eru fuglar á himninum!" hrópaði Njörður.

„Það er land framundan!" æpti Þorlákur.

Áskell höfðingi stóð fljótt upp. Síðan hrópaði hann til **skipverjanna**. „Róið! Áfram nú! Vaknið þið allir! Það er land nálægt! Róið!"

Víkingarnir reru sterklega og sáu loksins land. Áskell höfðingi skipaði skipverjunum að stoppa við nálæga strönd. Strandlengjan var mjög löng. Það voru mörg tré og fjöll nálægt. Þetta var fallegt.

Víkingarnir fóru af skipunum. Áskell höfðingi kallaði mennina saman. Þeir dreifðu sér í litla hópa. Höfðinginn sagði við einn hóp, „Þið þarna. Safnið saman **spýtum**. Við þörfnumst elds." Síðan leit hann á Þorlák og Njörð. „Við eigum mjög litlar **birgðir** eftir," sagði hann. „Við lifum ekki lengi nema við veiðum. Skjótið nokkur dýr."

Þorlákur og Njörður fóru að veiða, en ekkert virtist eðlilegt. Trén og hljóðin voru öðruvísi. Jafnvel dýrin voru öðruvísi. En mennirnir voru svangir. Þeir drápu og borðuðu þessi óþekktu dýr samt sem áður. Kjötið var öðruvísi en það var ekki vont.

Þetta kvöld talaði Áskell höfðingi við mennina. „Nú höfum við mat. Og við erum því þakklátir," sagði hann þeim. „En nú þurfum við að kanna landið. Við verðum að sjá hvað liggur upp fyrir ströndina. Við verðum að **komast að** því hvort það sé hægt að búa hér. Ef við getum ræktað mat hér, munu fleiri víkingar koma."

Einn mannanna spurði, „Hvernig vitum við hvar við erum? Sumir okkar halda að við höfum **villst af leið** í storminum."

Áskell höfðingi þagði í nokkrar mínútur. Að lokum sagði hann ekkert. Hann hunsaði spurninguna og sagði, „Við verðum að kanna þennan stað. Við byrjum á morgun við sólarupprás."

Kafli 2 Upprifjun

Samantekt

Höfðinginn segir þorpsbúunum frá fyrirætlun sinni.
Leiðangurinn mun sigla á hafinu til vesturs. Þorlákur og
Njörður eru valdir til að fara í ferðina. Víkingarnir leggja af
stað. Nokkrum vikum seinna verða mennirnir hræddir um
að það sé ekkert land í vestri. Áskell höfðingi sýnir þeim
sönnunargagn um að svo sé. Seinna þann daginn kemur
stormur. Skipin villast af leið. Loksins finna þeir land. Þeir
fara af skipunum. Þeir veiða mat. Þeir ætla að fara að kanna
landið daginn eftir.

Orðaforði

vænast to hope, to expect

skipuleggja to organise

framfarir (*f. pl.*) progress

hæfur (*adj.*) skilled

flytja ræðu to make a speech

bardagamaður (*m.*) warrior

ástand (*n.*) condition

hress (*adj.*) happy, in a good mood

miða áfram to progress

fugl (*m.*) bird

draga í efa to express doubts about, to question

okkur mistekst we will fail

snautaðu í burtu! get lost! shove off!

sannfæring (*f.*) conviction, belief

sönnunargagn (*n.*) evidence

dula (*f.*) piece of cloth

einkennilegur (*adj.*) strange

þegja to keep quiet, to be silent
úfinn (*adj.*) rough
stefna (*f.*) course, direction
skipverji (*m.*) crew member
spýta (*f.*) stick, piece of wood
birgðir (*f. pl.*) resources, supplies
komast að to find out
villast af leið to get lost, to go off course

Skilningsspurningar

Veljið aðeins eitt svar við hverri spurningu.

6) Hvað eru margir víkingar í leiðangrinum?
   a. 30
   b. 60
   c. 75
   d. 85

7) Hvað eru mörg skip í leiðangrinum?
   a. 2
   b. 3
   c. 4
   d. 5

8) Miðja leið í ferðinni___.
   a. ráðast aðrir víkingar á skipin
   b. geta skipin ekki haldið saman
   c. fara skipin að fyllast af vatni
   d. lenda skipin í miklum stormi

9) Hver sér fyrstur manna fuglana á himninum?

a. Þorlákur

b. Njörður

c. Áskell höfðingi

d. faðir Njarðar

10) Í hvaða röð ætla víkingarnir að gera þessi hluti?

a. kanna landið, veiða, rækta mat

b. rækta mat, veiða, kanna landið

c. veiða, rækta mat, kanna landið

d. veiða, kanna landið, rækta mat

Kafli 3 – Ákvörðunin

Mennirnir fóru á fætur við sólarupprás. Þeir borðuðu eitthvað af birgðunum sem eftir voru frá ferðinni. Þeir fengu líka kjöt frá veiðunum.

Þorlákur fór til að tala við Áskel höfðingja **um leið og** hann var búinn að borða. „Sæll, herra," sagði hann.

„Halló, Þorlákur. Vantar þig eitthvað?"

„Ég þarf að tala við þig."

„Fínt er."

Þorlákur vildi spyrja hann um eitt. „Í byrjun ferðarinnar," byrjaði hann, „höfðu mennirnir **efasemdir**. Þeir spurðu margra spurninga. Þeir vissu ekki hvort það væri land í vestri. En þú varst góður leiðtogi. Við erum komnir heilir á þetta land."

„Já. Hvað viltu segja, Þorlákur?"

„Maðurinn sem sagði þér frá þessu landi. Sá sem gaf þér sönnunargagnið. Hver var hann?"

„Maðurinn sem sagði mér að þessi lönd væru til?"

„Já, einmitt."

Áskell höfðingi leit í kringum sig.

„**Hvað er að**?" spurði Þorlákur.

„Hvar er Njörður?"

„Hann er að borða, held ég."

„Ég skil. Maðurinn sem sagði mér frá þessum stað var faðir Njarðar."

„Faðir Njarðar?"

„Já."

Þorlákur var mjög hissa. Faðir Njarðar var þá þessi **dularfulli** maður. En faðir Njarðar var dáinn. Þorlákur skildi þetta ekki. „Ég hélt að faðir Njarðar hefði dáið í fyrri leiðangri. Og að sá leiðangur hafi verið til austurs," sagði hann. „Hann dó í falli í fjöllunum."

„Nei. Það var lygi. Ég sendi þá í vesturátt. Þetta var **leyni**leiðangur. Enginn vissi neitt."

„Sendir þú hann til þessa lands? Einan sér?"

„Nei. Ég sendi hann vestur með 13 öðrum mönnum. Tveir þeirra dóu á leiðinni. Átta menn dóu hér. Faðir Njarðar og tveir aðrir komust til baka. Þeir dóu þegar þeir komu heim eða skömmu seinna. Það var **örmögnun**. Við höfðum ekki **það sem til þurfti** til að **bjarga** þeim. Áður en faðir Njarðar dó sagði hann mér frá þessu landi. Auk þess gaf hann mér þetta."

Áskell **henti** dulunni með myndunum á borðið. Það var einhvers konar skrift. Þorlákur hafði aldrei séð nokkuð þessu líkt. Þorlákur leit aftur á höfðingjann. Jú, ef til vill hafði Áskell höfðingi sönnunargagn. Núna. En hvað um áður fyrr?

„Hvernig vissir þú þetta?" spurði Þorlákur. „Af hverju sendir þú þessa menn vestur? Þú hélst að þar væri ekkert nema sjór."

„Ég hafði það á tilfinningunni."

„Þú hafðir það á tilfinningunni? Faðir Njarðar dó vegna þess að þú hafðir tilfinningu? Vegna þess að þú tókst **áhættu**?" Þorlákur leit á Áskel. „Ef Njörður kemst að þessu, fyrirgefur hann þér aldrei."

Áskell höfðingi tók um handlegginn á Þorláki.
„Þú mátt ekki segja Nirði þetta. Njörður er besti
landkönnuðurinn sem við eigum. Hann er næstum
því eins góður og faðir hans. Það má ekki trufla hann
núna. Við þörfnumst hans."

Þorlákur kinkaði kolli. „Ég skil."

„Farðu nú aftur til mannanna," sagði höfðinginn.
„Ekki tala um þetta aftur."

Stuttu seinna tóku mennirnir upp vopnin sín.
Þeir fóru yfir ströndina og inn í skóg. Þeir voru
reiðubúnir til **aðgerða**. Njörður leiddi hópinn.
Það var nú þegar mjög heitt. Þeir gengu tímunum
saman. Þá, fyrir neðan **hæð**, sáu þeir eitthvað. Það
var lítið **samfélag**. Það mátti jafnvel kalla þetta þorp.
Njörður veifaði hendinni. Leiðangurinn nam staðar
undireins.

Njörður, Áskell og Þorlákur virtu þorpið vandlega
fyrir sér. Það virtist þeim skrýtið. Húsin virtust
skrýtin. Mennirnir, konurnar og börnin voru dökk á
litinn. Þau voru klædd skrýtnum fötum. Þau töluðu
mjög skrýtið tungumál. Mennirnir vissu ekki hvað
þeir áttu að **halda**.

Áskell höfðingi gekk fyrstur í áttina að þorpinu.
Hinir í hópnum fylgdu á eftir. Í fyrstu var margt
fólk hrætt. Sumir hlupu í burtu að húsunum sínum.
Áskell höfðingi **tjáði sig** rólega með **látbrögðum**.
„Við gerum ykkur ekki mein!" sagði hann lágri röddu.
Áskell sagði orðin nokkrum sinnum. Í hvert sinn
beitti hann einföldum látbrögðum.

Eftir dálítinn tíma birtist leiðtogi þorpsins fyrir framan Áskel. Hann bauð Áskeli höfðingja drykk. Áskell leit á drykkinn. Þá sagði þorpsleiðtoginn „vatn" á víkingamálinu. Áskell leit á hann hissa. Maðurinn kunni tungumálið þeirra!

Áskell höfðingi talaði við þorpsleiðtogann í nokkra klukkutíma. Leiðtoginn útskýrði margt. Hann hafði lært víkingamálið af mönnum í fyrri leiðangrinum. Hann hafði talað við þá!

Síðan útskýrði þorpsleiðtoginn hvað hafði **komið fyrir** mennina. Fólkið á svæðinu hafði ekki drepið mennina. Það hafði reynt að hjálpa þeim. Mennirnir vildu ekki þiggja hjálpina og dóu. Sumir voru drepnir af dýrum. Sumir dóu af því þeir borðuðu rangan mat. Sumir dóu úr **sjúkdómum**.

Eftir að hafa talað við þorpsleiðtogann kallaði Áskell höfðingi menn sína saman. Hann sagði við þá: „Ágætu menn, ég hef komist að ýmsu. **Umfram allt**, það voru víkingar hér áður fyrr. Þeir hlustuðu ekki á íbúana. Og þeir dóu." Hann leit í kringum sig á mennina sína. Hann var mjög alvarlegur.

Áskell hélt áfram, „Hann segir mér að sumir af þessum víkingum hafi farið í burtu. Þeir reyndu að fara til baka til heimalands síns." Hann þagnaði. „Ég hef hitt þá menn," hélt hann áfram. „Þeir sögðu mér frá þessu landi. Þeir eru líka dánir. Þeir dóu af örmögnun eftir ferðina."

Mennirnir horfðu hver á annan. Svo það var þannig sem Áskell vissi um löndin í vestri.

Áskell var ekki búinn. Hann varð mjög hljóður. Síðan sagði hann, „Við verðum að taka ákvörðun. Við vitum ekki hvar við erum. Við villtumst of langt af leið í storminum." Víkingalandkönnuðirnir voru hljóðir í margar mínútur.

Þá hélt Áskell höfðingi áfram að tala. „Við verðum nú að ákveða. Eigum við að vera hér áfram? Lærum við að búa í þessu þjóðfélagi? Ef svo er mun fólkið í þessu samfélagi hjálpa okkur. Það mun sjá okkur fyrir mat. Það mun kenna okkur." Hann leit á mennina í kringum sig. „Eða ætlum við að reyna að komast heim? Og hætta á örmögnun og dauða."

Áskell höfðingi leit á þorpsbúana. „Þetta er gott fólk," byrjaði hann. „Það þekkir landið. Það kann að búa hér. Það kann að veiða hér. Það hefur boðið okkur að vera hér áfram. Fyrir mér er kosturinn augljós. Ég verð áfram hér."

Mennirnir horfðu á Áskel höfðingja. Einn þeirra kallaði, „Við eigum þá bara að fara frá fjölskyldunum okkar? Sjá vini okkar aldrei aftur? Við getum ekki gert það!"

Annar maður hrópaði, „Sjáið skipin okkar! Þau **löskuðust** mikið í storminum! Við komumst ekki heim heilir á húfi. Ekki á skipum í þessu ástandi! Ég kýs að við verðum hérna áfram."

Áskell höfðingi leit á mennina sína. „Þið hafið sennilega báðir rétt fyrir ykkur. Þess vegna verðum við að taka ákvörðun sem einstaklingar, hver fyrir sig. Ef þið viljið fara, er ykkur frjálst að fara. Ég mun ekki **neyða** ykkur til að vera hér áfram. En héðan í frá er ég ekki leiðtogi ykkar. Ég er bara maður."

Á næstu dögum urðu til tveir hópar. Annar hópurinn ætlaði að vera áfram í nýja landinu. Þeir ætluðu að stofna nýtt víkingaþjóðfélag. Hinn hópurinn ætlaði að taka þau skip sem voru minnst skemmd. Þeir myndu reyna að komast aftur heim.

Mánuði seinna lagði seinni flokkurinn af stað. Þegar þeir sigldu burt, sagði Áskell, „Þetta fór ekki eins og ætlað var."

„Nei, það gerði það ekki," svaraði Njörður og leit á **fyrrverandi** leiðtoga sinn. „Þú vildir hjálpa bænum okkar. En raunin varð önnur en við áttum von á. En þetta er góður staður. Við getum búið hér."

„Já," sagði Þorlákur. „Þetta er áhugavert. Það er gott að vera á nýjum stað með nýjum hlutum."

„Og við getum haldið áfram að kanna landið," hélt Njörður áfram. „Við getum fundið ný og áhugaverð **viðfangsefni**. Ekki hafa áhyggjur. Við verðum ánægðir." Síðan brosti hann og sagði, „Höfðingi."

Mennirnir hlógu. Þeir voru tilbúnir í næsta leiðangur – að kanna nýjan heim. Heim sem myndi síðar verða kallaður Norður-Ameríka.

Kafli 3 Upprifjun

Samantekt

Þorlákur spyr Áskel höfðingja hvernig hann vissi um nýja landið. Áskell útskýrir að hann hafi sent leiðangur vestur fyrir mörgum árum síðan. Aðeins tveir menn komu til baka. Þeir dóu af örmögnun. Áskell höfðingi og menn hans kanna síðan nýja landið. Þeir finna lítið þorp. Þorpsleiðtoginn talar tungumál víkinganna. Hann segir að þorpsbúarnir hafi reynt að hjálpa víkingunum. Mennirnir hlustuðu ekki á þá og dóu. Áskell segir að hver maður verði að ákveða fyrir sig hvað hann vilji gera. Sumir þeirra reyna að fara í hina hættulegu ferð heim. Áskell, Njörður og Þorlákur ákveða að vera þarna áfram. Þeir vilja kanna nýja landið. Þetta land hét seinna Norður-Ameríka.

Orðaforði

um leið og once, as soon as

efasemdir (*f. pl.*) doubt

hvað er að? what's wrong? what's the matter?

dularfullur (*adj.*) mysterious

leyni- secret

örmögnun (*f.*) exhaustion

það sem til þurfti the resources

bjarga to save, to rescue

henda to throw

áhætta (*f.*) risk

reiðubúinn (*adj.*) ready

aðgerð (*f.*) action, deed

hæð (*f.*) hill

samfélag (*n.*) community

undireins (*adv.*) immediately

halda to think

tjá sig to express oneself, to communicate

látbrögð (*n. pl.*) gestures

koma fyrir to happen to

sjúkdómur (*m.*) disease, illness

umfram allt above all, most importantly

laskast be damaged

neyða to force

fyrrverandi former

viðfangsefni (*n.*) task, project, challenge

Skilningsspurningar

Veljið aðeins eitt svar við hverri spurningu.

11) Hver sagði Áskeli höfðingja frá löndunum í vestri?
   a. faðir Áskels
   b. faðir Þorláks
   c. faðir Njarðar
   d. leiðtogi þorpsins

12) Á meðan þeir kanna landið rekast leiðangursmennirnir á _____.
   a. víkingadýr
   b. aðra hópa víkinga
   c. hóp íbúa
   d. bóndabæ

13) Víkingarnir skipta sér í tvo hópa vegna þess að _____.
   a. þeir eru svangir
   b. þeir verða að berjast
   c. þeir vilja gera mismunandi hluti
   d. þeir villtust af leið

14) Áskell höfðingi ákveður að _____.
   a. fara til baka til þorpsins á svæðinu
   b. halda áfram að kanna ný lönd
   c. vera áfram í nýja landinu
   d. berjast við íbúana

15) Landið í sögunni heitir nú _____
   a. Noregur
   b. Norður-Ameríka
   c. Bretland
   d. Suður-Ameríka

Ósýnilega konan Lára

Kafli 1 – Viðburðurinn

Lára er venjuleg kona. Hún er meðalhá kona. Hún er meðalþung. Hún gegnir meðalstarfi með meðalháar **tekjur**. Hún býr í meðalstóru húsi. Hún keyrir meðalstóran bíl. Hún á meira að segja meðalstóran hund! Í grundvallaratriðum er líf Láru venjulegt.

Lára lifir einnig einföldu lífi – lífi án **viðburða**. Hún er háskólamenntuð. Hún býr og vinnur í Kópavogi, nálægt Reykjavík á Íslandi. Hún aðstoðar við **stjórnun** í sölustjórnunarteymi. Hún fer oft mjög seint úr vinnunni. Hún talar aldrei illa um fyrirtækið sitt. Hún er **fyrirmyndarstarfsmaður** og vinnur sitt starf fagmannlega.

Lára elskar staðinn þar sem hún býr. Um helgar vill hún helst eyða tímanum með fjölskyldu og vinum. Þau fara oft í **líkamsræktina**, bíó eða jafnvel á leiksýningu eða tónleika. Og núna í síðustu viku horfðu þau hjónin á frábæra sjónvarpsþáttaröð. En stundum vill Lára **rólegheit**. Þess vegna fer hún sumar helgar út úr borginni.

Í dag er Lára á leiðinni í sveitina ásamt vinum sínum, Rafni og Siggu. Vinirnir ætla að grilla.

Lára stoppar bílinn í þjóðgarði fyrir utan Reykjavík.

Þetta er fallegt svæði með mörgum trjám. Sigga lítur í kringum sig. „Þetta er frábær staður til að grilla!"

„Ég er sammála," segir Rafn. „Erum við með nógan mat?"

„Auðvitað," svarar Lára. „Ég veit hvað þú hefur gaman af því að borða!" Þau hlæja öll. Svo bætir Lára við, „Förum að elda."

Lára, Rafn og Sigga taka matinn og grillið úr bílnum. Þau kveikja á tónlist og undirbúa grillið. Lára kveikir á grillinu og bíður eftir því að það hitni. Á meðan hún bíður fer hún að lesa skilaboð í símanum.

„Æi nei!" segir Lára. Hún hefur fengið skilaboð frá **forstjóranum** á skrifstofunni. Hún gleymdi að setja svolítið fyrir framkvæmdadeildina í póst. Þau þurfa það núna strax! Lára er nýbúin að sækja um nýtt starf í framkvæmdadeildinni. Hún fer í viðtal á mánudaginn. Hún þarf að redda þessu strax!

Lára horfir á vini sína. Hún heldur uppi gemsanum. „Hey krakkar," segir hún. „Ég kem strax til baka. Ég þarf að hringja út af vinnunni."

„Æ, hættu nú Lára," segir Rafn. „Þú ert alltaf að vinna..."

„Þetta er rétt hjá Rafni, Lára," bætir Sigga við.

„Ég veit... ég veit..." segir Lára. „En ég fékk skilaboð frá forstjóranum. Og hún er ekki ánægð."

Lára gengur að nokkrum nálægum trjám. Það er kvöld og farið að dimma. Trén eru mjög há. Hún sér varla nokkuð.

Lára hringir á skrifstofuna. Hún talar við annan aðstoðarmann við stjórnun. Aðstoðarmaðurinn biður hana að bíða eftir forstjóranum.

Á meðan hún bíður lítur Lára í kringum sig. Allt í einu **tekur** hún **eftir** svolitlu. Inni á milli trjánna er **einkennilegt** ljós! Lára leggur frá sér gemsann. Hún fer að ljósinu.

Ljósið kemur frá fallegri **málmkúlu**. Lára hefur aldrei séð neitt þessu líkt! Kúlan er þakin **mynstrum**. Hún teygir út höndina til að snerta hana. Málmurinn er kaldur. Hann er raunverulega notalegur viðkomu.

Lára tekur kúluna upp. Þá, eins snögglega og það birtist, **slokknar** ljósið. Kúlan er mjög einkennileg viðkomu í hendinni. Hún er næstum því of köld. Lára **kann** ekki vel **við** tilfinninguna. Hún sleppir kúlunni. Síðan fer hún til baka að grillinu.

Lára fer í áttina að vinum sínum. Þau eru að tala um hana. „Lára ætti að slökkva á gemsanum um helgar," segir Rafn.

„Ég er sammála," bætir Sigga við. „Það er ekki hollt að vinna svona mikið. **Hugurinn** og líkaminn þurfa **kyrrð**. Hún þarf að slappa af stundum."

Lára gengur til þeirra. „Krakkar, eruð þið að tala um mig?" hlær hún. „Allt í lagi! Ég er alveg tilbúin að slappa af!"

Rafn og Sigga segja ekkert. Rafn hugar að vandamáli við grillið. Vinir Láru hunsa hana fullkomlega. Þau líta ekki einu sinni á hana.

„Af hverju lítið þið ekki á mig?" spyr Lára. Hún veifar hendinni til Rafns. Hún setur andlitið upp að Siggu. Síðan lætur hún virkilega reyna á þau. Hún dansar í kringum þau og **veifar** handleggjunum. Sigga horfir í kringum sig en síðan hunsa þau hana áfram! Það er eins og Lára sé ekki þarna!

Rafn og Sigga halda áfram að tala um Láru. „Hvar gæti hún verið?" spyr Rafn. „Hún hefur verið í símanum ansi lengi. Ég er farinn að hafa áhyggjur."

„Þú veist hvernig hún er," segir Sigga. „Hún er sennilega að **endurskoða** fjármál eða samninga eða eitthvað. Hún kemur til baka bráðum."

Þá **áttar** Lára **sig á** svolitlu. Vinir hennar sjá hana ekki! Þó ótrúlegt sé, virðist hún vera **ósýnileg**! Það er eins og hún sé í einhvers konar sjónvarpsþætti!

„Ja hérna!" hugsar Lára. „Ég trúi þessu ekki!" En þá hugsar hún, „En af hverju?" Allt í einu man Lára eftir skrýtna hlutnum inni á milli trjánna. „Er þetta út af ljósinu?" hugsar hún. „Er ég orðin ósýnileg vegna þess að ég snerti það?" Hún er ekki viss.

Lára veit ekki hvað hún á að gera. Loksins tekur hún ákvörðun. „Ég veit ekki hvað þetta ljós á eftir að **hafa áhrif á** mig lengi," segir hún. „Ég er ósýnileg! Ég verð að hafa gaman af því!"

Lára fylgist með vinum sínum. Rafn tekur matinn af grillinu. Sigga setur kalda drykki á borðið. Lára hlustar á samtal þeirra.

„Það er alveg satt, Rafn," segir Sigga. „Lára vinnur mikið, en það er eðlilegt. Og sjáðu til! Þetta er stóra tækifærið hennar. Hún gæti orðið forstjóri fyrirtækisins einn daginn!"

„Já, en hún fær alls ekki nógu hátt kaup," bendir Rafn á.

„Það er satt," **samsinnir** Sigga. „En kaupið hennar fer að hækka. Hún fær það sem hún á skilið. Þeir eru farnir að gera sér grein fyrir því að hún er besti starfsmaðurinn þeirra. Hver veit hversu langt hún nær."

„Já, ég veit það. En ég vildi bara að hún gæti slappað meira af."

„Ég veit. Ég líka," segir Sigga og heldur áfram að elda matinn.

Lára er hissa. Hún vissi ekki hvað vinir hennar báru mikla virðingu fyrir henni." Allt sem þau segja um hana er svo fallegt! Hún brosir glöð í bragði.

Allt í einu breytist **hljómurinn** í Rafni. „Í alvöru, samt," segir hann. „Hvar er Lára?"

„Ég veit það bara ekki," svarar Sigga. „Förum og leitum að henni."

Vinir Láru slökkva á tónlistinni. Þau ganga í áttina að trjánum. Þau ganga beint að einkennilega gripnum! Hann liggur á jörðinni. Rafn sér hann fyrst. „Sjáðu, Sigga. Hvað er þetta?" Hann beygir sig niður og tekur hann upp. Hann fer að athuga hann.

Sigga sendir honum einkennilegt **augnaráð**. „Ég veit það ekki... en ég mynd i ekki snerta þetta!"

Rafn lítur hissa upp. „Þú hefur rétt fyrir þér!" Hann hendir kúlunni inn á milli trjánna. Vinirnir tveir halda áfram að leita að Láru.

Eftir nokkra stund ganga Rafn og Sigga aftur að grillinu. Þau stoppa bæði undrandi. Bíllinn hennar Láru er horfinn! Rafn lítur á Siggu. „Hvað er að gerast hér? Er þetta einhvers konar leikur?" spyr hann.

„Ég hef ekki hugmynd," svarar Sigga. „Alls enga hugmynd."

Á meðan er Lára á leiðinni til baka til Kópavogs. Hún vill hafa gaman af áhrifunum af því að vera ósýnileg. Besti staðurinn til að njóta þess að fullu er **á almannafæri**. Á meðan hún keyrir, hringja vinir hennar í lögregluna út af mikilvægu máli.

Kafli 1 Upprifjun

Samantekt

Lára er venjuleg kona. Hún vinnur sem aðstoðarmaður við stjórnun í Kópavogi. Dag einn keyra Lára og vinir hennar upp í sveit. Þau ætla að grilla. Á meðan grillið er að hitna finnur Lára skrýtinn grip. Hún snertir hann og verður ósýnileg. Enginn getur séð eða fundið hana. Lára fer til baka til Kópavogs. Hún ætlar að hafa gaman af því að vera ósýnileg. Vinir hennar hafa áhyggjur. Þau hringja í lögregluna.

Orðaforði

tekjur (*f. pl.*) income

viðburður (*m.*) event, incident

stjórnun (*f.*) administration

fyrirmyndarstarfsmaður (*m.*) model employee

líkamsrækt (*f.*) gym, sport centre

rólegheit (*n. pl.*) quiet

forstjóri (*m.*) director

taka eftir to notice

einkennilegur (*adj.*) strange

málmur (*m.*) metal

kúla (*f.*) ball

mynstur (*n.*) pattern

slokkna to go out

kunna við to like

hugur (*m.*) mind

kyrrð (*f.*) quiet, peace

veifa to wave

endurskoða to review

átta sig á to realise

ósýnilegur (*adj.*) invisible

hafa áhrif á to affect, to influence
samsinna to agree
hljómur (*m.*) sound, tone
augnaráð (*n.*) look
á almannafæri in public, in a public place

Skilningsspurningar

Veljið aðeins eitt svar við hverri spurningu.

1) Lára vinnur sem _____.
   a. aðstoðarmaður við stjórnun
   b. matreiðslumaður
   c. bílstjóri
   d. sölumaður

2) Lára er _____.
   a. kornung stelpa
   b. meðalhá kona
   c. gömul kona
   d. ekki lýst vel í sögunni

3) Bestu vinir Láru heita _____.
   a. Óli og Lára
   b. Jakob og Sara
   c. Rafn og Sigga
   d. Jón og Salvör

4) Vinum Láru finnst að hún _____.
   a. ætti að leita að nýju starfi
   b. vinni ekki nóg
   c. vinni of mikið
   d. gæti verið betri starfsmaður

5) Lára ákveður að _____.

   a. fara til Kópavogs í leit að hjálp

   b. hringja í vini sína

   c. hafa gaman af þessum nýja hæfileika sínum

   d. hlera fólk sem hún þekkir ekki

Kafli 2 – Lygin

Lára kemur í Kópavog. Hún leggur bílnum nálægt Smáralind. Hún gengur um **verslunarmiðstöðina**. Enginn sér hana. Hún trúir því ekki. Hún hlær hljóðlega. „Þetta er alveg ótrúlegt!"

Lára íhugar hvað hún eigi að gera. Í huganum gerir hún lista yfir allt sem gæti verið gaman að gera. Hún fer að hlæja. Í fyrsta skipti á ævinni er hún ekki venjuleg kona!

Lára heldur áfram að ganga um verslunarmiðstöðina. Það eru margar litlar búðir þar. Það eru margir **kúnnar** og starfsfólk verslananna til staðar í kvöld.

Lára gengur inn í búð. Þó svo að fólk hvorki sjái hana né heyri í henni, finna sumir fyrir **nærveru** hennar. Hún þarf að fara varlega. Hún tekur nokkra skó og kjól. Hún skoðar, en setur hlutina aftur á sinn stað. Það er gaman að vera ósýnileg en hún vill ekki stela.

Síðan fer Lára inn á vinsælt veitingahús. Það er löng biðröð til að komast inn. Hún gengur auðveldlega fram hjá henni. Hún gengur beint inn. „Þetta er gaman!" hugsar hún. Hún hefur virkilega gaman af því að vera ósýnilega konan.

Hún **hinkrar** smástund á veitingahúsinu. Þá fær Lára hugmynd. Hún getur farið á skrifstofuna sína! **Framkvæmdastjórinn** hennar er í vinnunni í

dag. Það yrði gaman að sjá hvað hún er að gera.
Sérstaklega ef hún veit ekki að Lára er á staðnum.

Lára flýtir sér á skrifstofuna. Hún fer inn í
bygginguna. Hún lítur á öryggisborðið. Skjáirnir á
tölvunum eru auðir. Öryggismyndavélarnar eru ekki
að taka hana upp. Henni er óhætt!
Lára bíður smástund. Annar aðstoðarmaður kemur
inn í bygginguna. Hann ætlar á sömu skrifstofu.
Hún fer á eftir honum inn í lyftuna. Fljótlega er hún
komin á áttundu hæð. Tími til kominn að leita að
framkvæmdastjóranum hennar!

Framkvæmdastjóri Láru, Aðalheiður að nafni,
er á aðalskrifstofunni. Hún er að tala við nokkra
aðra framkvæmdastjóra. „Starfsfólk okkar er mjög
duglegt," segir hún. „Við bjóðum sumu fólki bónusa.
Sumt starfsfólk fær meira að segja **hlutabréf**.
En flestir starfsmenn fá ekkert nema prósentu af
hagnaðinum. En nú á dögum er það hins vegar ekki
nóg. Við verðum að breyta einhverju í þessu fyrirtæki.
Við þurfum að **efla** viðskipti. Starfsmenn okkar þurfa
að fá hærra kaup."

Lára trúi þessu ekki. „Aðalheiður er að berjast fyrir
hönd starfsmanna sinna!" hugsar hún. „Ég bjóst
aldrei við að heyra þetta!"

„Til dæmis," heldur Aðalheiður áfram. „Ég er
með starfsmann. Hún heitir Lára. Hún hefur unnið
hér í fimm ár. Hún vinnur margar klukkustundir á
viku. Hún hefur aldrei beðið um kauphækkun. Hún

er góður starfsmaður. En ég get ekki borgað Láru meira í bili. Hvers vegna? Vegna þess að hagnaður fyrirtækisins þennan **ársfjórðunginn** er lítill. Við þurfum að passa upp á peningana okkar bara til að **halda** okkur **á floti**. Eitthvað þarf að breytast!"

„Ja hérna!" segir Lára við sjálfa sig. „Framkvæmdastjórinn var að segja að ég væri góður starfsmaður! Fyrir framan alla! Þetta á án efa eftir að hjálpa ferli mínum!" Síðan hugsar hún, „En það er leiðinlegt samt þetta með fyrirtækishagnaðinn. En hvernig stendur á því? Anton er að vinna við þetta stóra **tækniverkefni**. Ég reikna með að það eigi eftir að **stuðla að** hagnaði."

Lára vill vita hvað er að gerast. Og nú er besti tíminn til að athuga það. Hún er jú ósýnileg. Hún er með aðgang að öllu!

Lára fer á skrifstofu Antons. Anton er framkvæmdastjóri **tölvuhugbúnaðar**deildar. „Ég vil ekki stela hugmyndum hans," hugsar hún. „Mig langar bara að vita hvers vegna fyrirtækið er **rekið með tapi**.

Antoni hefur gengið virkilega vel. Hann byrjaði sem sölumaður. Hann náði alltaf sölumarkmiðum sínum. Þess vegna var hann tekinn inn í stjórnendateymið. Nú vinnur hann við stórt verkefni. Sagt er að það muni hafa mikla peninga í för með sér. Að fljótlega verði **fjárhagsvandi** fyrirtækisins úr sögunni.

Lára ákveður að skoða skrár Antons. Hún heyrir ennþá í framkvæmdastjóranum tala fyrir utan.

„Segðu mér, Anton," byrjar Aðalheiður. „Ég veit að þú ert að vinna við þetta stóra tækniverkefni. Það er verkefnið sem byggist á netforritinu sem við unnum að saman. Þetta verkefni **lofar góðu**, ekki satt? Það gæti í rauninni gert okkur rík, er það ekki?"

„Mér þykir það virkilega leitt, Aðalheiður," byrjar Anton. „En við munum ekki geta unnið verkefnið. Það kostar of mikið. Þetta er risastór **fjárfesting**. Og nethugbúnaðargerðin er mjög **framsækin**. Við búum í rauninni ekki yfir tæknigetu."

Á meðan hún hlustar, finnur Lára verkefnismöppuna. Anton hefur gert miklar rannsóknir. Skjölin hans sýna það. En Anton hefur greinilega rangt fyrir sér. Samkvæmt gögnunum og skjölunum lofar verkefnið mjög góðu sem stendur. Tæknin er ekki svo framsækin. Hún lítur aftur á skjölin. Anton er að ljúga. Verkefnið er mjög **arðbært**.

„Af hverju vill Anton ekki sinna þessu verkefni?" hugsar hún. „Þetta er virkilega gott verkefni! Af hverju er hann að ljúga?" Þá sér hún svolítið. Það er önnur mappa. Í henni er bréf. Það er skrifað á bréfsefni frá **keppinaut**!

Lára les bréfið í flýti. Anton hefur selt keppinautnum hugmyndina. Hann ætlar að hætta að vinna hér til þess að vinna fyrir þá! „Hvernig getur hann gert þetta?" hugsar hún. „Ef við fáum ekki þetta verkefni fæ ég ekki kauphækkunina mína!"

Lára ákveður að það sé tími til kominn að fást við Anton! Hún tekur bréfið til Antons frá keppinautnum og verkefnismöppuna. Hún skilur hvort tveggja eftir á skrifborði framkvæmdastjóra síns. „Þarna!" segir hún. „Þetta **kemur** Aðalheiði skemmtilega **á óvart** í fyrramálið. Antoni líka – vonandi kemur lögreglan honum á óvart!"

Lára skilur við framkvæmdastjórana á fundinum. Það er orðið áliðið. Hún ákveður að fara heim til að hitta eiginmann sinn. Þau hafa verið að rífast mikið að undanförnu. Reyndar var mikið **rifrildi** á milli þeirra í dag út af vinnunni. Það verður athyglisvert að sjá manninn hennar á meðan hún er ósýnileg. Ef til vill kemst hún að einhverju!

Lára keyrir heim til sín. Hún fer varlega inn í húsið. Þegar hún kemur inn, heyrir hún manninn sinn vera að gráta. „Hvað er að?" hugsar Lára. Síðan heyrir hún hann tala.

„Ertu viss, lögregluþjónn?" segir hann dapurlega.

Kristján, maðurinn hennar, er að tala í síma. Hann er að tala við lögregluna! Þá skilur Lára hvað um er að vera. Strangt til tekið hefur **hennar verið saknað** í marga klukkutíma. Kristján hefur sennilega miklar áhyggjur.

Kristján leggur frá sér símann. Hann grætur enn meira. Lára gerir sér grein fyrir öðru. Kristján elskar hana mjög mikið. Hún lítur á hann. Hún sér að hann á virkilega erfitt. Lára tekur ákvörðun á þessari stundu. Þrátt fyrir vandamál þeirra, vill hún laga samband þeirra!

Láru langar til að teygja út höndina og snerta manninn sinn. Þá man hún – hún er ósýnileg. Hann verður hræddur. Í fyrsta sinn, fer Lára að hugsa um ástand sitt. Að vera ósýnileg er oftast gaman. Það hefur sína kosti. Hún vill hins vegar ekki vera það að eilífu!

En hvernig getur Lára orðið sýnileg aftur? Allt í einu fær hún hugmynd. „Auðvitað! Málmkúlan!" hugsar hún. Hún þarf að snerta gripinn aftur. Það gæti gert hana sýnilega á ný. Hún þarf að fara aftur í þjóðgarðinn.

Lára fer upp í bílinn sinn. Hún keyrir um götur Kópavogs. Það er orðið áliðið. Það eru ekki margir bílar á ferð. Lára keyrir samt um kyrr hverfi. Erfitt yrði að útskýra ósýnilega konu á sýnilegum bíl.

Loksins kemur Lára í þjóðgarðinn. Sigga og Rafn eru ennþá þar. En það er líka þónokkuð af öðru fólki – þar á meðal lögreglan! „Hvað er að gerast?" hugsar hún.

Kafli 2 Upprifjun

Samantekt

Lára er ennþá ósýnileg. Hún fer á skrifstofuna sína í Kópavogi. Hún hlustar á fund um lítinn hagnað. Starfsmaður, sem heitir Anton, segir að þau geti ekki unnið stórt verkefni. Lára athugar möppur Antons. Hann er að ljúga. Hann hefur selt hugmyndina um verkefnið. Lára setur möppur Antons á skrifborð framkvæmdastjórans síns. Næst athugar Lára manninn sinn. Hann er áhyggjufullur. Hún skilur að hann elskar hana. Hún vill snerta málmkúluna. Hún gæti gert hana sýnilega aftur. Hún keyrir í þjóðgarðinn. En það er eitthvað skrýtið að gerast þar.

Orðaforði

lygi (f.) lie

verslunarmiðstöð (f.) shopping centre

kúnni (m.) customer

nærvera (f.) presence

hinkra to stay (for a short time)

framkvæmdastjóri (m.) manager

hlutabréf (n.) (company) share, stock

hagnaður (m.) profit

efla to build up

ársfjórðungur (m.) quarter (of a year)

halda á floti to keep afloat, to keep going

tækni (f.) technology

verkefni (n.) project

stuðla að to help with, to support

tölvuhugbúnaður (m.) computer program, software

reka með tapi to make a loss, to lose money

fjárhagsvandi (m.) financial difficulties

lofa góðu to have potential, to look promising

fjárfesting (*f.*) investment

framsækinn (*adj.*) advanced

arðbær (*adj.*) profitable

keppinautur (*m.*) competitor

koma á óvart to come as a surprise

rifrildi (*n.*) quarrel, argument

hennar er saknað she is missing

Skilningsspurningar

Veljið aðeins eitt svar við hverri spurningu.

6) Ósýnileg Lára gengur fyrst um _____.
   a. verslunarmiðstöð
   b. þjóðgarð nálægt Kópavogi
   c. búð í Kópavogi
   d. svæði fyrir utan Kópavog

7) Næst ákveður Lára að fara _____.
   a. heim til sín
   b. á skrifstofuna sína
   c. í smábæ
   d. í verslunarmiðstöð

8) Anton, sem er framkvæmdastjóri í fyrirtæki Láru, _____.
   a. vill kaupa fyrirtækið
   b. vill fara út með Láru
   c. lýgur um verkefnið
   d. finnst að starfsfólkið þurfi meiri peninga

9) Hvað ákvað Lára um manninn sinn?
   a. Að hún elski hann ekki.
   b. Að hann elski hana ekki.
   c. Að hún vilji laga samband þeirra.
   d. Að hún vilji skilja við hann.

10) Lára hugsar að hún geti orðið sýnileg með því
   að _____.
   a. snerta málmkúluna aftur
   b. brjóta málmkúluna
   c. fjarlægja málmkúluna og fara með hana langt í burtu
   d. tala við Anton

Kafli 3 – Gripurinn

Lára er komin aftur í þjóðgarðinn. Þar er mættur **mannfjöldi**. Lögreglan er líka á staðnum. „Hvað er allt þetta fólk að gera hér?" hugsar Lára. Þá **rennur upp ljós fyrir henni**. Það er komið vegna hennar!

Sigga og Rafn eru á meðal mannfjöldans. Þau standa nálægt borði og eru að tala. Lára gengur upp að þeim. Á leiðinni lítur Lára í kringum sig. Allir eru mættir – vinir Láru, ættingjar hennar, lögreglan, og **sjálfboðaliðar** úr Reykjavík. Jafnvel Kristján er að keyra í hlað!

„Hugsaðu, Sigga," segir Rafn dapurlega. „Hvar gæti Lára verið? Ég meina, við vorum hérna!"

„Ég hef enga hugmynd," svarar Sigga. „Hún kemur til baka. Þetta er bara svo skrýtið…"

„Já. Á einni mínútu er hún að tala í farsímann og síðan er hún horfin!"

„Ég veit," segir Sigga. „Ég hef virkilega áhyggjur…"

Lára hlustar. Henni líður mjög illa. Hana langar ekki til að **særa** vini sína eða eiginmann. Hún vill ekki eyða tíma fólks. Hún vill bara komast aftur að málmkúlunni. Hún er búin að fá nóg af því að vera ósýnileg.

Hún heyrir aftur í Rafni. „Heyrðu, Sigga. Manstu eftir þessari málmkúlu? Þarna við trén?"

„Já?"

„Jæja, ég er með **kenningu**."

Sigga lítur á hann. „Kenningu?"

„Já," heldur Rafn áfram. „Hvað ef hún er eitthvað meira en það? Hvað ef hún gerði eitthvað við Láru?"

Sigga heldur áfram að horfa á Rafn. Hún virðist **ringluð**. En Lára er ekki ringluð. Hún er áhyggjufull. Hún vill ekki að vinir sínir viti neitt. Hún vill bara snerta kúluna og verða sýnileg. Hún vill ekki þurfa að útskýra!

Rafn **virðir** Siggu vandlega **fyrir sér**. „Kannski er kúlan sérstök. Kannski gerði hún Láru **veika**. Eða kannski tók hún hana jafnvel eitthvað! Maður veit aldrei…"

Sigga **hristir** höfuðið. „Þessar kenningar þínar, Rafn…" Svo þagnar hún smástund. Það er engin önnur útskýring. Kannski…

„Hugsaðu um það. Lára hvarf nálægt henni," bætir Rafn við. Þau horfa hvort á annað. Svo segir Rafn, „Komdu. Förum að leita."

Sigga samþykkir það að lokum. „Allt í lagi. Förum."

Vinirnir tveir ganga í áttina að trjánum. „Ó nei!" hugsar Lára. „Hvað ef þau taka kúluna? Eða gefa lögreglunni hana?" Lára hleypur á undan vinum sínum. Hún þarf að finna gripinn fyrst!

Lára kemst fyrst að trjánum. Málmgripurinn er ekki þar! „Hvar er hann?" hugsar hún. „Hann hlýtur að vera hér einhvers staðar! Hann flaug ekki í burtu!" Hún heldur áfram að leita.

Rafn og Sigga koma nær. „Gripurinn hlýtur að vera hér einhver staðar. Ég henti honum hingað," segir Rafn og **bendir** á trén.

„Það er málið!" hugsar Lára. „Einhver hefur fært hann! Hvað ef hann hefur **týnst**. Ég þarf þessa kúlu!" Lára hleypur í áttina sem Rafn er að benda. Rafn og Sigga ganga þangað líka. Allt í einu stendur Rafn upp. Hann er með málmgripinn í hendinni!

Lára lítur varlega á gripinn. Það er alls ekkert ljós í honum núna. Hún veit ekki hvað það **þýðir**. Hún þarf bara að finna leið til að snerta gripinn aftur. Hún veit að þá verður hún sýnileg.

„Sjáðu, Sigga! Ég fann hann!" kallar Rafn.
Sigga hleypur til hans. „Vá! Hvað er þetta?" spyr hún.
„Ég hef enga hugmynd," svarar Rafn. „Það er **kringlótt** og úr málmi. En ég veit ekkert hvað það gerir."
„Heldurðu virkilega að það hafi gert Láru eitthvað?"
„Ég efast um það. Ég skil bara ekkert í þessu. Þetta er bara málmkúla. Þar fór kenningin mín…" Rafn hendir málmkúlunni inn á meðal trjánna. Lára **hefur augun með** henni.
„Komdu nú," segir Sigga á meðan þau ganga á brott. „Við skulum tala við lögregluna núna. Kannski ættum við að hringja í **sjúkrahúsið** eða…"

Lára bíður þangað til Rafn og Sigga eru farin. Hana langar að snerta gripinn. En hún vill ekki gera vinum

sínum mein. Ef hún **birtist** allt í einu gætu þeir
orðið virkilega hræddir!

Loks eru Rafn og Sigga farin. Lára gengur yfir að
trjánum. Hún tekur upp málmkúluna og snertir
hana. Í fyrstu finnur hún ekkert. Svo fer einkennilegi
gripurinn að **lýsast upp**. Lára fer að skjálfa.
Gripurinn er nú alveg upplýstur á ný. „Loksins, það er
eitthvað að gerast!" hugsar hún.

Allt í einu hættir skjálftinn. Málmkúlan er ennþá
upplýst. „Er þetta komið? Tókst það?" veltir Lára fyrir
sér. Hún fær fljótlega svarið. „Lára! Lára!" heyrir hún.
„Ert þetta þú?" Það eru Sigga og Rafn. Þau geta séð
hana! Hún er orðin sýnileg!

Vinir Láru hlaupa í áttina að henni. Hún er ennþá
með ljósið í hendinni. „Ó nei," hugsar hún. Hún
sleppir kúlunni í flýti. Hún hreyfist hægt inni á
meðal trjánna. Bráðum sér hún hana ekki lengur.

„Lára, hvar hefur þú verið?" kallar Rafn. Lára snýr
sér við. Svo bætir Sigga við, „Og hvaða ljós var þetta?
Það var svo bjart! Þannig fundum við þig!"

Lára veit ekki hvað hún á að segja. Að segja
sannleikann myndi gera hlutina mjög erfiða.
Enginn myndi trúa henni. Ósýnileg kona? Í alvöru?

Allt í einu heyrir Lára aðra rödd úr
mannfjöldanum. Það er Kristján! Hann hleypur til
Láru. Hann **faðmar** Láru þétt að sér og kyssir hana.
Svo lítur hann í augu hennar og segir, „Hvar varstu?
Ég hafði svo miklar áhyggjur!"

Lára er orðlaus. „Ég var í... í... ég..."

Fleiri raddir heyrast úr mannfjöldanum. Þetta er framkvæmdastjórinn hennar og ýmsir aðrir frá skrifstofunni. Lára trúir ekki öllum **stuðningnum**. Allt þetta fólk er komið til að hjálpa henni!

Fólkið stendur í kringum Láru. Þau byrja öll að tala á sama tíma. „Við höfðum svo miklar áhyggjur!" endurtekur Kristján.

„Hvert fórstu?" segir Rafn.

„Þú trúir ekki hvað hefur gerst á skrifstofunni!" segir Aðalheiður.

Lára réttir upp höndina. „Bíðið aðeins... verið róleg... gefið mér smástund." Mannfjöldinn þagnar. Lára lítur í kringum sig. „Leyfið mér fyrst af öllu að þakka ykkur. Þakka ykkur innilega fyrir alla hjálpina. Ég **met** virkilega **mikils** allan stuðninginn." Svo heldur hún áfram. „Ég er viss um að ykkur langar að vita hvar ég var. Nú, sannleikurinn er..." Lára hikar. Ætti hún virkilega að segja þeim sannleikann? Myndu þau trúa henni? Myndu þau halda að hún væri **galin**?

Lára byrjar aftur. „Sannleikurinn er sá... að ég **villtist**," tilkynnir hún. „Ég var að tala í gemsann," heldur Lára áfram. „Ég **gætti** ekki **að** hvert ég var að fara. Allt í einu gat ég ekki fundið leiðina til baka." Hún brosir og segir svo, „Takk aftur og góða nótt."

Þau Lára og Kristján ganga að bílnum hennar. Hún er tilbúin til að fara heim. Þau ganga fram hjá Rafni og Siggu.

„En hvað með bílinn þinn?" kallar Rafn. „Hann var horfinn! Við sáum það!"

„Og hvað með þetta ljós?" spyr Sigga. „Hvað var þetta? Og, veistu, við sáum eitthvað þarna á meðal trjánna. Það var málmkúla og..."

Lára heldur áfram að ganga. Það getur verið að hún þurfi að útskýra málin seinna, en ekki núna. Reynsla hennar sem ósýnileg kona hefur verið alveg ótrúleg! Hún hefur lært að hún á góða vini, góðan framkvæmdastjóra og frábæran eiginmann. Hún hefur líka lært svolítið mjög mikilvægt – það er frábært að lifa alveg hversdagslegu lífi!

Kafli 3 Upprifjun

Samantekt

Lára fer aftur í þjóðgarðinn. Þar er margt fólk að leita að
henni. Rafn og Sigga halda að einkennilega kúlan hafi gert
eitthvað við Láru. Þau finna kúluna en skipta um skoðun.
Lára finnur kúluna og snertir hana. Hún verður sýnileg
aftur. Allir eru fegnir að sjá hana. En fólkið er með margar
spurningar. Lára mun svara þeim síðar. Fyrst vill hún njóta
þess að lifa hversdagslegu lífi aftur.

Orðaforði

mannfjöldi (*m.*) crowd

það rennur upp ljós fyrir henni she suddenly realises

sjálfboðaliði (*m.*) volunteer

særa to hurt

kenning (*f.*) theory

ringlaður (*adj.*) confused

virða fyrir sér to observe, to study

veikur (*adj.*) sick, ill

hrista to shake

benda to point

týnast to get lost (so that you cannot find it)

þýða to mean

kringlóttur (*adj.*) round

hafa augun með to keep an eye on (somebody or something)

sjúkrahús (*n.*) hospital

birtast to appear

lýsast upp to light up

sleppa to let go of

sannleikur (*m.*) the truth

faðma to hug

stuðningur (*m.*) support

meta mikils to appreciate, to value highly

galinn (*adj.*) crazy

villast to get lost, to lose one's way

gæta að to pay attention to

Skilningsspurningar

Veljið aðeins eitt svar við hverri spurningu.

11) Hverja heyrir Lára fyrst tala í þjóðgarðinum?
    a. framkvæmdastjórann og eiginmann sinn
    b. framkvæmdastjórann og Rafn
    c. eiginmann sinn og Siggu
    d. Rafn og Siggu

12) Í fyrstu vilja vinir hennar _____.
    a. fara aftur heim
    b. finna einkennilega gripinn aftur
    c. hringja í lögregluna
    d. hringja í Kristján

13) Lára vill _____.
    a. henda kúlunni í burtu
    b. finna kúluna á undan vinum sínum
    c. fela sig á milli trjánna
    d. hlusta á samtal lögreglunnar

14) Lára snertir gripinn aftur og _____.
    a. skelfur, og verður síðan aftur sýnileg
    b. er áfram ósýnileg
    c. verður hrædd
    b. ekkert gerist

15) Þegar hún talar við hóp fjölskyldu og vina, ákveður Lára að _____.

a. segja sannleikann

b. segja sannleikann á morgun

c. segja ekki sannleikann

d. hunsa alla

Hylkið

Kafli 1 – Hylkið

Það byrjaði fyrir mörgum öldum síðan. Umhverfið á jörðinni var í slæmu **ástandi**. Fólk vantaði pláss. Það vildi frelsi. Þess vegna fór fólk að flytjast til annarra plánetna. Það stofnaði **nýlendur** í öðrum heimum, einum á eftir öðrum.

Til að byrja með var **friður** og velgengni. Hinir ýmsu heimar voru ekki **aðskildir**. Þeir unnu saman sem hópur. Þeir þörfnuðust hver annars.

En ástandið breyttist. Íbúunum **fjölgaði** hratt. Það vantaði meiri mat á einstaka plánetu. Það vantaði meiri birgðir. Hver nýlenda vildi meira fyrir sjálfa sig. Þá byrjuðu vandræðin.

Stríð byrjuðu alls staðar. Það urðu breytingar á pólitískum skoðunum og samningum. Nýlendur börðust um land, **vald** og vopn. Að lokum voru tvö helstu **heimsveldin** eftir: Jarðarbúarnir og Kalkverjarnir. Og bæði heimsveldin vildu eignast allt.

Stjórn Jarðarbúanna var staðsett á jörðinni. Höfuðborgin var í París í Frakklandi. **Embættismenn** hittust í **stjórnarráðinu**. Þar ræddu þeir mál eins og **löggjöf**, **efnahagslíf**, orkumál og stríðið.

Keisari Jarðarbúanna var gamall maður sem hét Valur. Hann hafði verið kosinn til **embættisins** fyrir mörgum árum. Kosningarnar voru ekki heiðarlegar, en Vali var sama um það. Hann hafði farið fyrir í mörgum stríðum. Hann hafði tapað aðeins fáeinum þeirra. Hann var stjórnandi sem gerði hvað sem var til að sigra.

Dag einn talaði Valur við **ráðherrana** sína í stjórnarráðinu. „Við þurfum að stöðva stríðið," hrópaði hann. „Efnahagur heimsveldis okkar ræður ekki við meira stríð. Fólkið okkar er svangt. Það vantar vegi í borgunum okkar. Marga Jarðarbúa vantar heimili, ljós og mat."

Maður að nafni Alvar talaði. Hann var sá ráðherra sem Valur treysti best. „En herra," sagði hann. „Kalkverjarnir eru sífellt að ráðast á okkur. Við getum ekki bara setið hérna. Þessi þjóð þarf að hafa sterkan her! Við verðum að verja okkur."

„Ég er sammála, en það er eitt sem við getum gert. Ég hef gert svolítið sem..."

Allt í einu voru mikil **læti** fyrir utan herbergið. Dyr opnuðust. Öryggisvörður kom inn. Hann hélt utan um konu. Hún var að berjast og hrópa. „Slepptu mér! Ég er með fréttir fyrir keisarann! Slepptu mér!"

Valur keisari leit í áttina að dyrunum. „Hvað er að gerast?" hrópaði hann. „Hér er fundur í gangi!"

„Afsakaðu, herra," sagði vörðurinn. „Þessi kona vill tala við þig. Hún segir að það sé mikilvægt."

„Allt í lagi. Talaðu! Hvað er það?"

Konan varð allt í einu mjög taugaóstyrk. Hún hafði aldrei talað við keisarann. Hún talaði hægt. „Hæsti... hæsti... hæsti keisari minn, afsakaðu **hegðun** mína. En ég er með fréttir."

„Hvers konar fréttir?" spurði keisarinn. Svo bætti hann við, „Flýttu þér! Þetta er mikilvægur fundur!"

„Það hefur **hylki** lent á bóndabænum mínum, keisari."

„Hvað þá?"

„**Geim**hylki. Ég held að þetta sé kalkneskt geimhylki, keisari."

„Hvernig veistu að þetta er kalkneskt hylki?"

„Maðurinn minn. Hann barðist við Kalkverjana. Hann lýsti þeim fyrir mér."

Ráðherrarnir og keisarinn þögðu. Loksins spurði Alvar, „Ein árásin enn? Eru þeir að ráðast á höfuðborgina?"

„Nei, nei..." sagði konan. „Það eru engin vopn í hylkinu. En það er eitthvað þar inni."

„Inni í því?" sagði keisarinn. Hann horfði um herbergið. „Hvað gæti verið þar inni?"

„Ég veit það ekki," sagði konan. „Ég var of hrædd til að athuga það."

Keisarinn kallaði á verðina. Hann sagði þeim að fara á bóndabæinn – með hraði! Verðirnir og konan fóru upp í ökutæki. Alvar ráðherra fór með þau.

Á leiðinni talaði Alvar við konuna. „Hvað heitir þú?" spurði hann.

„Ég heiti Klara."

„Klara, það er fallegt nafn. Ertu bóndakona?"

„Já, bærinn er allt sem ég á eftir."

„Býrð þú með manninum þínum?"

„Maðurinn minn dó í stríðinu."

Allt í einu leið Alvari óþægilega. Hann skipti um umræðuefni. „Hvernig lítur hylkið út?"

Klara virti hann vandlega fyrir sér. „Ég vildi frekar að þú sæir það sjálfur," sagði hún. Síðan sneri hún sér frá honum.

„Jæja, allt í lagi," sagði Alvar hissa. Þau þögðu það sem eftir var af ferðinni.

Ökutækið kom að bænum hennar Klöru. Alvar og Klara fóru út. Þau gengu að hylkinu. Verðirnir biðu í ökutækinu.

Það voru **blettir** alls staðar á jörðinni. Hylkið lá á hliðinni. Það var opið.

„Klara, ég hélt að þú hefðir ekki litið inn í hylkið," sagði Alvar.

„Fyrirgefðu. Ég sagði þér ekki sannleikann. Ég vildi ekki segja neitt. Ekki fyrr en einhver annar hefði séð það."

„Séð hvað?"

„Sjáðu!"

Alvar fór hægt upp að hylkinu. Í fyrstu sá hann ekkert. Svo sá hann það. Inni í hylkinu var lítil stelpa.

„Þetta er barn! Barn!" kallaði hann. Hann leit á Klöru með **undrun**.

„Já. Það er þess vegna sem ég hvorki snerti það né sagði nokkuð. Ég vissi ekki hvað ég ætti að gera. Ég vildi finna lækni, en..."

„Nú!" hugsaði Alvar. „Stelpan er **meðvitundarlaus**. Hún gæti þurft **meðferð**. Við þurfum aðstoð!" Alvar hljóp að ökutækinu. Hann sagði vörðunum að kalla í lækni. Síðan tók hann litlu stelpuna varlega upp. Hann fór með hana inn í húsið hennar Klöru. Hann lagði hana á rúm.

Hálftíma seinna var stelpan ennþá meðvitundarlaus. Að lokum fór Alvar út úr herberginu. Klara fór með honum. „Svo, segðu mér," sagði Alvar. „Veist þú nokkuð meira um hylkið"

„Nei... en það er kalkneskt, ekki satt?" sagði Klara hægt.

„Jú."

„Og barnið?"

„Hún lítur út fyrir að vera kalknesk líka."

„Hvað er hún þá að gera hér? Af hverju hafa þeir sent okkur barn?"

„Ég veit það ekki," svaraði Alvar. „Þegar hún getur talað segir hún okkur það kannski."

„Hefur hún virkilega ferðast í gegnum geiminn?"

„Svo virðist vera. Sennilega var annað stærra geimskip. Hún var sennilega sett í hylkið. Svo var hún skilin eftir nálægt jörðinni. Líklega lenti hylkið hér **af eigin rammleik**."

Loksins heyrðist í ökutæki að renna í hlað. Læknarnir komu inn. Þeir vildu skoða stelpuna strax. Alvar og Klara héldu sér fjarri.

Það var orðið áliðið. Alvar virtist vera svangur. Klara bauð honum að fá sér eitthvað að borða með sér.

„Áttu börn, Klara?" spurði Alvar á meðan hann borðaði.

„Nei. Við hjónin vildum eiga börn. En þá kom stríðið og..."

„Mér þykir það leitt."

„Það er allt í lagi," sagði hún og brosti dapurlega.

Á meðan hann borðaði leit Alvar í kringum sig. Þetta var notalegt hús. Það var hreint og einfalt. Það var hús konu sem býr ein.

Eftir smástund **tók** Alvar **eftir** því að Klara var að horfa á hann. „Vildir þú spyrja mig um eitthvað, Klara?" spurði hann.

„Já."

„Jæja, talaðu."

„Hvað ætlar þú að gera við barnið?"

Alvar þagði smástund. Loks sagði hann henni sannleikann. „Ég veit það ekki. Ég veit jafnvel ekki af hverju hún er komin hingað."

Skyndilega hljóp einn læknanna inn í eldhúsið. „Litla stelpan er vakandi! Hún getur talað!"

Kafli 1 Upprifjun

Samantekt

Það er stríð milli tveggja heimsvelda – Jarðarbúanna og Kalkverjanna. Keisari Jarðarbúanna er á fundi með ráðherrum sínum. Allt í einu kemur kona. Hún segir að það sé kalkneskt geimhylki á bóndabænum sínum. Alvar er ráðherrann sem keisarinn treystir best. Hann fer á bæinn. Í hylkinu finnur hann litla stelpu. Í fyrstu er stelpan meðvitundarlaus. Svo vaknar hún.

Orðaforði

ástand (*n.*) condition

nýlenda (*f.*) colony

friður (*m.*) peace

aðskilinn (*adj.*) separate

fjölga to grow

vald (*n.*) power

heimsveldi (*n.*) empire

embættismaður (*m.*) official, public servant

stjórnarráð (*n.*) government offices

löggjöf (*f.*) law, legislation

efnahagslíf (*n.*) economy

keisari (*m.*) emperor

embætti (*n.*) official position, office

ráðherra (*m.*) minister

læti (*n. pl.*) noise, disturbance

hegðun (*f.*) behaviour

hylki (*n.*) capsule

geimur (*m.*) space

blettur (*m.*) mark, patch

undrun (*f.*) surprise, wonder

meðvitundarlaus (*adj.*) unconscious
meðferð (*f.*) treatment
af eigin rammleik on its own, by itself
mér þykir það leitt I'm sorry
taka eftir to notice

Skilningsspurningar

Veljið aðeins eitt svar við hverri spurningu.

1) Það er stríð á milli _____.
   a. Alvars og Vals keisara
   b. Jarðarbúanna og eiginmanns Klöru
   c. Jarðarbúanna og Kalkverjanna
   d. Klöru og Vals keisara

2) Keisarinn er á fundi með _____.
   a. Alvari og Kalkverjunum
   b. ráðherrunum sínum
   c. Klöru og eiginmanni hennar
   d. litlu stelpunni og Alvari

3) Klara segir keisaranum að _____.
   a. það sé lítil stelpa í húsinu sínu
   b. það sé hylki á bóndabænum sínum
   c. eiginmaður sinn hafi dáið í stríðinu
   d. Alvar þyrfti að fara heim til sín

4) Í fyrstu _____.
   a. segir litla stelpan Alvari frá heiminum sínum
   b. vill litla stelpan ekki tala vegna þess að hún er feimin
   c. grætur litla stelpan sárt
   d. getur litla stelpan ekki talað vegna þess að hún er
      meðvitundarlaus

5) Klara býður Alvari _____.
   a. kaldan drykk
   b. kaffibolla
   c. stað til að hvíla sig á
   d. eitthvað að borða

Kafli 2 – Stelpan

Stelpan úr kalkneska hylkinu var með meðvitund!
Einhver þurfti að tala við hana. Alvar var ráðherra
keisarans. Hann var manneskjan til þess að gera
það. Hann gekk inn í svefnherbergið. Klara fór með
honum. Þau settust.

Stelpan var **syfjuleg** að sjá. Loks spurði hún hægt,
„Hvar er ég?" Þau Klara og Alvar litu hvort á annað
með undrun. Hún talaði þeirra tungumál!

Stelpan leit í kringum sig. Hún sá verðina. Allt í
einu varð hún mjög hrædd. Einn læknanna gaf henni
lyf til að **róa** hana. Eftir smástund sofnaði hún aftur.

Klukkutíma seinna opnuðust augun í stelpunni.
„Hvar er ég?" spurði hún. Svo leit hún á Alvar. „Hver ert
þú?" spurði hún. Hún talaði málið þeirra nokkuð vel.

„Sæl," sagði Alvar. „Ég heiti Alvar. Þetta er Klara.
Við erum Jarðarbúar. Reyndu að vera róleg." Hann
þagði smástund. „Hvernig líður þér?"

„Það er allt í lagi með mig," svaraði hún varlega.
Hún treysti þeim ekki.

„Við viljum ekki gera þér **mein**," útskýrði Alvar.
Stelpan var ennþá hrædd. Hún svaraði ekki.

Klara gerði **tilraun**. „Sæl **vinan**," sagði hún hægt.
„Getur þú sagt mér hvað þú heitir?"

„Ég heiti Maja," svaraði stelpan.

„Það er allt í fínu lagi, Maja. Ég heiti Klara. Og

þetta er Alvar. Þú ert í mínu húsi. Þú varst **meidd**.
Við höfum verið að **gæta** þín."

„Er ég í höfuðborginni ykkar?" spurði stelpan. Hún
leit út um glugga. Það var orðið áliðið. Hún gat ekki séð
mikið í gegnum glerið. Hún gat aðeins séð nokkur tré og
akra. „Þetta lítur ekki út eins og borg," sagði hún hissa.
„Þú ert nálægt höfuðborginni, en ekki í henni,"
útskýrði Alvar. „Keisarinn er ennþá langt í burtu."

Þegar stelpan heyrði orðið „keisari" varð hún aftur
hrædd. „Ég vil ekki fara heim! Ég er orðin 13 ára. Ég
get tekið mínar eigin ákvarðanir" æpti hún.
Alvar var hissa. Af hverju vildi barnið ekki fara
heim? Af hverju sagði hún þetta? Það var eitthvað
skrýtið að gerast.
„Af hverju viltu ekki fara heim?" spurði hann.
„Mér líkar ekki við Kalkíu."
„Þér líkar ekki við Kalkíu?" spurði Alvar með
undrun. „Hvað meinar þú?"
„Ég vil ekki búa þar lengur."
„Af hverju segir þú það?"
„Sko, í fyrsta lagi er fjölskyldan mín aldrei heima."
„Já? Og hvað?"
„Þau **hunsa** mig. Þau eyða engum tíma með mér.
Þau kæra sig ekkert um mig."
„Svo fjölskyldan hunsar þig?" sagði Alvar.
„Já... í lengri tíma núna."
„Og vegna þess að þú varst **einmana** komst þú
hingað?" spurði Klara.
„Já. Faðir minn er alltaf að vinna. Móðir mín er
alltaf að ferðast. Ég er bara heima með fólki sem **lítur**

eftir mér. Faðir minn borgar þeim til að líta eftir mér. Mér líkar ekki að vera með þeim."

Alvar var nú farinn að skilja. Stelpan hafði **strokið** að heiman!

„Bíddu nú aðeins, Maja. Ert þú að segja mér að þú hafir farið að heiman. Að þú hafir strokið?"

Stelpan leit niður. „Já," svaraði hún.

Alvar stóð. Hann leit niður á stelpuna. „Afsakaðu mig. Ég þarf að fara út."

Alvar fór út úr húsinu. Klara fór á eftir honum. Hann stóð og horði á fallega bæinn hennar Klöru. Hann var að hugsa. Hann virtist eiga erfitt með eitthvað.

„Um hvað ert þú að hugsa, Alvar?" spurði Klara.

„Eitthvað hér er ekki **eins og það á að vera**."

„Hvað meinar þú?"

„Stelpan strauk að heiman. En hún kann ekki að fljúga geimskipi. Hún er 13 ára."

„Ég skil. Einhver hefur hjálpað henni."

„Já. En hver var það?"

„**Komumst að** því."

Alvar og Klara gengu aftur inn í húsið. Þau fóru inn í svefnherbergið.

„Sæl," sagði Maja.

„Sæl aftur," sagði Alvar og brosti til hennar.

Maja horfðist í augu við Alvar. „Ég fer ekki heim. Mig langar að vera hér," sagði hún ákveðin.

„Og af hverju vilt þú vera hér?"

„Eins og ég sagði, líkar mér ekki við fólkið sem sér um mig."

„Ég trúi þér ekki," sagði Alvar rólega.

„Þetta er sannleikurinn."

„Já. En ekki allur sannleikurinn, er það?"

Hún andvarpaði. „Nei, það er frá meiru að segja."

„Ég hélt það. Segðu mér."

„Við erum að tapa stríðinu. Fólkið hefur engan mat. Margt fólk hefur engan stað til að búa á. Við getum ekki **lifað** þetta **af** miklu lengur. Ég er hrædd."

Alvar settist við hliðina á Maju. Hann virti hana vandlega fyrir sér. „Þú mátt vera hér í bili," útskýrði hann. „En þú þarft að skilja að heimarnir okkar tveir eiga í stríði."

„Ég veit það," staðhæfði hún skjótlega. „Ég er 13 ára en ekki 6!"

Alvar hló. „Þá skilur þú hvað ég meina. Það er margt sem kemur inn í þetta," bætti hann við. „Það gæti orðið **gríðarlegt** mál út af þessu. Það má búast við **afleiðingum** bæði **á landsvísu** og **alþjóðlega**."

„Já," sagði Maja og leit niður. „En það er ekki vitað enn hvar ég er!" bætti hún snöggt við. „Ég get bara beðið í nokkra daga. Síðan get ég farið eitthvað annað."

Alvar horfði á hana. Það var kominn tími til að finna út úr því hvernig barnið hefði komist þangað. „Maja, það er ekki einfalt að ferðast með geimhylki. Þú komst ekki hingað alein. Þú ert of ung til að ferðast í gegnum geiminn án hjálpar."

Maja leit upp. „Það er rétt hjá þér," sagði hún **hljóðlega**. „Ég kann ekki að fljúga geimskipi."

„Hver gerði það þá?"

„Það get ég ekki sagt þér."

Alvar var mjög **þolinmóður**. Sem ráðherra
var hann **vanur** því að skipta við fólk. „Maja, við
þurfum að vita hver hjálpaði þér. Án þess að vita það
getum við ekki hjálpað þér."

Maja þagði. Svo sagði hún, „Það er... það er..."

„Ekki hafa áhyggjur. Þér er óhætt," sagði Klara lágri
röddu.

Maja leit á þau. Svo sagði hún, „Það var Valur,
keisarinn ykkar. Hann hjálpaði mér."

Alvar stóð **snögglega** á fætur. Hann horfði
áhyggjufullur á Maju. Svo horfði hann á Klöru.
Verðirnir horfðu á þau öll.

„Valur?" sagði Alvar. „Það getur ekki verið!"

Maja leit aftur niður. „Jú, víst. Ég fékk skilaboð frá
honum fyrir mörgum vikum síðan. Hann sagðist vita
að ég vildi fara burt. Hann vildi hjálpa mér. Svo hann
sendi **njósnara** sína til að finna mig."

„Njósnara?"

„Já, það eru margir Jarðarbúanjósnarar í Kalkíu."

Alvar lagði höndina á höfuðið. Hann gekk um
herbergið. Jæja, keisarinn hafði hjálpað kalknesku
barni að strjúka. Hann skildi bara ekki hvers vegna.
„Þetta er ótrúlegt," andvarpaði hann að lokum.

Eftir smástund talaði Maja aftur. „Já, reyndar, ég
hef fleira að segja," sagði hún lágri röddu.

Alvar sneri sér við og leit á Maju. „Hvað gæti verið
fleira að segja?" hugsaði hann. Að lokum spurði
hann, „Og hvað er það?"

Maja horfði í augu hans. „Faðir minn."

„Hvað með föður þinn?" spurði Alvar lágri röddu.

„Faðir minn er keisari Kalkverjanna."

Kafli 2 Upprifjun

Samantekt

Stelpan úr hylkinu vaknar og byrjar að tala. Hún heitir Maja.
Hún er Kalkverji. Hún er 13 ára gömul. Fyrst segist Maja hafa
farið vegna foreldra sinna. Seinna gefur hún aðra ástæðu.
Hún er hrædd um að Kalkverjarnir muni ekki lifa stríðið af. Þá
spyr Alvar hvernig Maja hafi komist til Jarðar. Að lokum segir
hún honum að Valur keisari hafi hjálpað sér. Svo bætir hún
því við að faðir hennar sé keisari Kalkverjanna.

Orðaforði

syfjulegur (*adj.*) sleepy

lyf (*n.*) drug

róa to calm down

mein (*n.*) hurt, harm

tilraun (f.) attempt

vina (f.) sweetie (used of a female)

meiddur (adj.) hurt, injured

gæta to look after, to care for

hunsa to ignore

einmana (*adj.*) lonely

líta eftir to look after, to watch over

strjúka to run away

eins og það á að vera as it should be, right

komast að to find out

lifa af to survive

gríðarlegur (*adj.*) huge

afleiðing (f.) result, consequence

á landsvísu on a national level

alþjóðlega (*adv.*) internationally

hljóðlega (*adv.*) quietly, in a quiet voice

þolinmóður (*adj.*) patient

vanur (*adj.*) used to, accustomed to

snögglega (*adv.*) suddenly, abruptly

njósnari (*m.*) spy

Skilningsspurningar

Veljið aðeins eitt svar við hverri spurningu.

6) Í fyrstu _____.
   a. neitar Maja að tala
   b. er Maja mjög taugaóstyrk
   c. talar Maja mikið
   d. vill Maja tala við föður sinn

7) Maja útskýrir að hún _____.
   a. hafi strokið að heiman
   b. hafi verið rekin að heiman
   c. sé týnd
   d. viti ekki hvar hún eigi heima

8) Maja segir líka _____.
   a. að fjölskyldan elski sig mjög mikið
   b. að hún þekki ekki foreldra sína
   c. að hún elski fólkið sem sér um hana mjög mikið
   d. að hún sé ekki ánægð með foreldra sína

9) Þegar Alvar spyr hver hafi hjálpað henni svarar Maja
að _____.

a. keisari Kalkverjanna hafi hjálpað sér

b. Valur hafi komið til sín persónulega

c. Valur hafi sent Jarðarbúanjósnara

d. kalkneskir njósnarar hafi hjálpað sér

10) Af hverju gæti það verið vandamál að vera með þessa
stelpu á jörðinni?

a. Hún er hrædd.

b. Hún er dóttir keisara Kalkverjanna.

c. Hún er kalkneskur njósnari.

d. Alvar vill ekki að hún fari heim.

Kafli 3 – Sannleikurinn

Alvar gat ekki trúað þessu. Maja var dóttir keisara Kalkverjanna! Stelpan gæti valdið **glundroða** um allan heim! Og allt vegna þess að hún var einmana? Vegna þess að hún trúði því að Valur keisari skildi vandamál hennar? Hvað var hún búin að gera?!

Svo **áttar** Alvar **sig á** svolitlu. Þetta var ekki á ábyrgð stelpunnar. Hún vissi í rauninni ekki hvað hún hafði gert. Hún var bara döpur. Og maður að nafni Valur hafði hjálpað henni. Það var *hann* sem var vandamálið – keisarinn! Hann bar ábyrgðina. Hvað var hann að hugsa? Alvar þurfti að komast að því.

Alvar fór út úr húsi Klöru. Hann fór upp í ökutæki og keyrði inn í höfuðborgina. Þegar hann var kominn, fór hann beint á skrifstofu keisarans. Snögglega gekk öryggisvörður í veg fyrir hann. „Þér er bannað að fara inn," sagði vörðurinn.

Alvar var hissa. „Bannað? Ég verð að tala við Val keisara. Veistu hver ég er? Ég er ráðherra!"

„Þetta er **skipun** frá keisaranum. Þú færð ekki aðgang, Alvar."

Alvar hugsaði um hvað hann ætti að gera næst. Hann þurfti að tala við Val keisara. Án þess að hugsa, **sló** hann vörðinn á höfuðið. Vörðurinn datt á gólfið. Alvar tók vopn varðarins og fór inn á skrifstofu Vals.

Keisarinn sat í stólnum sínum. Hann virtist þreyttur.

„Alvar, hvað vilt þú?" dæsti hann.

„Af hverju var mér ekki sagt frá barninu?"

„Hvaða barni?"

„Keisari, ég er ekki heimskur."

Valur þagði. „Allt í lagi. Ég hætti að **þykjast**. Hvað vilt þú vita?"

„Hvers vegna er dóttir keisara Kalkverjanna hér? Af hverju gerðir þú það?" Rödd hans varð sterkari. „Það er ekki **stefna** okkar að nota börn!"

Valur stóð upp. Svo hrópaði hann, „Það er ekki stefna okkar að tapa stríðum!"

Alvar horfði á Val. Síðan spurði hann, „Af hverju sagðir þú mér ekki frá þessu?"

„Ég sagði þér ekkert af aðeins einni ástæðu."

„Og hver er hún?"

Keisarinn leit niður. „Ég vissi að þú myndir ekki samþykkja þetta," svaraði hann. „Ég vildi ekki að þú hefðir áhrif á ákvörðun mína." Valur hafði rétt fyrir sér. Auðvitað myndi Alvar ekki vilja að barni yrði blandað í stríð. Það var einfaldlega ekki í lagi.

„Hvað ætlar þú að gera við hana?" spurði Alvar svo.

„Við Maju? Við ætlum að gæta hennar! Hún er bara barn," sagði keisarinn.

Alvar treysti honum ekki. „Það er ekki það sem ég átti við," hélt hann áfram. „Ég meinti, hvað á nú að gerast? Hvað gerist þegar Kalkverjarnir komast að þessu? Verður hún fyrir meini?"

„Þetta eru góðar spurningar. Allar þeirra," sagði keisarinn rólega.

Alvar horfði á keisarann. Hann neitaði að samþykkja auðvelt svar.

Keisarinn fór að tala aftur. „Kalkverjarnir vita að Maja hefur strokið." Svo þagnaði hann um stund. „En þeir vita ekki til hvaða plánetu hún fór. Þeir vita ekki heldur að Jarðarbúanjósnarar hafi hjálpað henni. Svo þannig sérð þú að þeir vita eiginlega ekki neitt." Hann leit varlega á Alvar. Keisarinn vildi **úrskurða** um hvað Alvari þætti um þetta.

„Og hvað ef þeir komast að því að þú hjálpaðir henni?

„Þeir geta alls ekki komist að því. Njósnararnir munu ekki segja frá. Enginn hér veit af þessu... nema þú."

Alvar gaf sér tíma til að hugsa. „En hvers vegna?" spurði hann. Hann skildi bara ekki rök keisarans. „Af hverju að blanda ungu barni í þetta? Af hverju að taka hana í burtu frá foreldrum sínum?"

„Vegna þess hverjir foreldrar hennar eru," svaraði Valur. Keisarinn leit á Alvar eins og hann væri heimskur. „Sérð þú ekki kostina? Við erum nú með dóttur keisarans. Við getum **notfært** okkur hana. Til að hafa stjórn á kalkneska keisaranum. Til að fá vald. Til hvers sem er eiginlega."

Valur virti Alvar vandlega fyrir sér. Hafði það sem hann sagði áhrif á hann? Það var ekkert að sjá á **svipnum** á Alvari.

„Skilur þú þetta núna?" hélt hann áfram. „Við getum notfært okkur Maju til að ná fram því sem við viljum. Við **höfum** kalkneska keisarann **í hendi okkar**. Og allt vegna þess að heimska litla stelpan hans vildi fá meiri athygli!" Valur hló hátt. Þetta var hlátur sem lét kalt vatn renna milli skinns og hörunds á Alvari.

Alvar leit á keisarann. Þetta var maður sem Alvar hafði alltaf treyst. Maðurinn sem var Alvari svo mikilvægur. En nú fann Alvar ekki fyrir neinu nema **viðbjóði**. Valur var að notfæra sér barn til að ná því fram sem hann vildi.

Alvar brosti og sagði, „Ég skil nú allt til fulls, keisari. Eins og þú vilt."

Alvar sneri sér við og gekk út af skrifstofu keisarans. Hann gekk hratt um götur höfuðborgarinnar.

Alvar kunni mjög illa við það sem var að gerast. En hann mátti ekki láta það sjást á sér. Ef keisarinn kæmist að því að hann væri á móti honum yrði Alvar drepinn. Alvari **datt** aðeins ein manneskja **í hug** sem gæti hjálpað. Ein manneskja sem keisarinn hefði ekki áhrif á. Hann þurfti að tala við hana.

Alvar tók eitt af ökutækjum stjórnvalda. Hann keyrði hratt að bænum hennar Klöru. Hann **bankaði** á dyrnar. „Klara! Ert þú þarna?"

Klara opnaði dyrnar. „Já?" svaraði hún. „Hvað er að?"

„Er stelpan ennþá hér?" spurði Alvar.

„Já, auðvitað. Það er ekki ennþá búið að fara með hana til höfuðborgarinnar."

„Gott," svaraði Alvar.

„En það er ökutæki á leiðinni," bætti hún við.

„Ó. Jæja, við höfum þá minni tíma en ég ætlaði. Við verðum að flýta okkur," sagði hann stressaður. „Farðu með mig til hennar."

Alvar og Klara gengu inn í svefnherbergið. Stelpan svaf vært. „Við þurfum að fara," sagði hann.

„Fara? Fara hvert?" spurði Klara.

Alvar leit í kringum sig. Hann gat engan séð. „Hvar eru verðirnir?"

„Þeir eru við hylkið."

„Gott," sagði Alvan. „Nú höfum við tækifæri."

„Tækifæri?" spurði Klara. Hún virtist **ringluð**.

„Til að taka Maju í burtu," svaraði Alvar.

Klara settist niður. Hún leit á Maju. Stelpunni virtist líða vel í fyrsta skiptið. „Þig langar að fara með Maju út úr höfuðborginni?"

„Nei, ég vil fara með hana burt frá plánetunni."

„Hvað þá?" sagði Klara. „Af hverju?"

„Maja er ringluð og einmana lítil stelpa. Valur keisari vill bara nota Maju til að ná valdi yfir keisara Kalkverjanna."

Alvar útskýrði áætlanir Vals keisara fyrir Klöru. Klara gat hreinlega ekki trúað því. „Skilur þú þetta núna?" spurði Alvar. „Ég vil ekki að Maju sé gert mein. Ef við komum henni ekki heim á hún enga **möguleika**."

„Við?"

„Við. Við þurfum að fara með hana til Kalkíu. Ég get ekki gert það einn, Klara. Ég þarf á hjálp frá þér að halda."

Klara hugsaði sig um smástund. Hún leit á litlu stelpuna. Svo leit hún út um gluggann. Loks leit hún á Alvar og sagði, „Hverju hef ég að tapa?"

Klara sagði Maju að þau ætluðu til höfuðborgarinnar. Þau fóru öll upp í ökutæki Alvars. Alvar keyrði í marga klukkutíma. Næsta geim**stöð** var langt í burtu. Á leiðinni svaf Maja.

Við komuna sagði Alvar öryggisvörðunum að þau væru að vinna að **leyniverkefni** fyrir stjórnina. Öryggisverðirnir sögðust ekki segja neinum frá því.

Klara og Alvar báru Maju í nálægt geimskip. Þau fóru burt frá stöðinni án vandamála. Maja vaknaði þegar geimskipið fór á loft. Hún var ekki ánægð. Alvar **hafði samúð með** henni. En hann vissi að þau voru að gera það rétta.

Ferðin í gegnum geiminn tók nokkrar vikur. Geimskipið **nálgaðist** Kalkíu. Alvar talaði í **talstöðina**, „Þetta er Jarðarbúageimskip númer 12913. Ég þarf að tala við keisara Kalkverjanna. Ég er Alvar, ráðherra keisara Jarðarbúa."

Það **kviknaði** á talstöðinni. „Af hverju vilt þú tala við keisarann okkar?" sagði öryggisvörður.

„Við erum með dóttur hans með okkur."

Það þagnaði í talstöðinni.

Stuttu seinna sá Alvar **viðvörun** á tölvuskjánum. Kalkneskar **herdeildir** voru á leiðinni. Þær biðu nálægt geimskipinu. Allt í einu kviknaði aftur á talstöðinni.

„Látið okkur fá Maju. Annars deyið þið," sagði rödd.

„Þið drepið okkur ekki," sagði Alvar með fullvissu.

„Ég vil tala við keisarann ykkar." Svo bætti hann við. „Núna."

Aftur þagnaði talstöðin.

Stuttu seinna heyrðist kraftmikil rödd í talstöðinni. „Þetta er keisari Kalkverjanna," tilkynnti röddin.

„Látið mig fá dóttur mína," sagði hann og þagnaði svo. „Og þá leyfi ég ykkur að lifa."

„Við skilum Maju til baka með einu **skilyrði**," svaraði Alvar.

Þau biðu.

„Hvað er það?" svaraði röddin.

„Það þarf að komast á friður milli Jarðarbúa og Kalkverja."

Keisarinn þagði í nokkrar sekúndur. „Af hverju skyldi ég trúa þér?"

„Vegna þess að við erum komin til baka með dóttur þína," svaraði Alvar. „Vegna þess að ég veit að stríðið hefur verið erfitt fyrir alla. Hugsaðu bara um efnahagsvandamálin. Hugsaðu um hungrið og sársaukann. Báðir heimarnir okkar eru búnir að vera. Þessu þarf að ljúka."

Talstöðin þagnaði aftur. Loks heyrðist röddin aftur. Í þetta skiptið var hún **mýkri**. „Ég er sammála," andvarpaði keisarinn. „Og ég samþykki þetta. Látið mig fá dóttur mína og við vinnum að því að stilla til friðar."

Kafli 3 Upprifjun

Samantekt

Alvar talar við Val keisara. Valur vill notfæra sér Maju í stríðinu á móti Kalkverjunum. Alvar er ekki sáttur við áætlun hans. Hann lætur Val ekki sjá hvað hann er að hugsa. Hann fer til baka að bóndabæ Klöru. Alvar og Klara taka Maju inn í geimskip. Þau fara til Kalkíu. Þau tala við keisara Kalkverjanna. Þau bjóðast til að skila Maju en keisari Kalkverjanna verður að samþykkja frið. Þau komast að samkomulagi. Loksins lýkur stríðinu.

Orðaforði

glundroði (*m.*) chaos

átta sig á to realise

skipun (*f.*) order, command

slá to hit

þykjast to act, to pretend

stefna (*f.*) policy

úrskurða to judge

notfæra (sér) to use (for our own purposes)

svipur (*m.*) expression, face

hafa einhvern í hendi sér to have somebody in one's hands, to control completely

viðbjóður (m.) disgust

detta í hug to occur to, to be thought of

banka to knock

ringlaður (*adj.*) confused

möguleiki (*m.*) chance, possibility

stöð (*f.*) station

leyniverkefni (*n.*) secret job

hafa samúð með to feel sorry for, to have sympathy for

nálgast to approach

talstöð (*f.*) radio

kvikna to come on

viðvörun (*f.*) warning

herdeild (*f.*) military unit

skilyrði (*n.*) condition

mjúkur (*adj.*) soft

Skilningsspurningar

Veljið aðeins eitt svar við hverri spurningu.

11) Alvar keyrir burt frá bænum hennar Klöru og fer
svo _____.
a. á veitingahús
b. að hylkinu
c. til höfuðborgarinnar
d. heim til sín

12) Alvar áttar sig á því að Valur keisari _____.
a. segir ekki satt
b. vill frið
c. segir alltaf satt
d. er vinur keisara Kalkverjanna

13) Alvar ætlar að _____.
a. skila barninu heim
b. vera áfram með barnið
c. drepa barnið
d. gera ekki neitt

14) Maja _____.
a. er glöð yfir því að fara heim
b. vill ekki lifa áfram á jörðinni
c. vill hringja í foreldrana sína
d. er ekki glöð yfir því að fara heim

15) Alvar talar við keisara Kalkverjanna og biður hann um ____.
a. peninga
b. frið
c. starf
d. tækifæri til að vera áfram á Kalkíu

Answer Key

Klikkaða kjötsúpan: *Kafli 1*: 1. a, 2. b, 3. d, 4. c, 5. b; *Kafli 2*: 6. d, 7. b, 8. a, 9. a, 10. c; *Kafli 3*: 11. c, 12. c, 13. d, 14. d, 15. b; *Kafli 4*: 16. c, 17. d, 18. a, 19. c, 20. a

Mjög óvenjulegur leiðangur: *Kafli 1*: 1. b, 2. a, 3. d, 4. d, 5. b; *Kafli 2*: 6. d, 7.d, 8. c, 9. a, 10. b; *Kafli 3*: 11. c, 12. d, 13. d, 14. a, 15. c

Riddarinn: *Kafli 1*: 1. b, 2. b, 3. d, 4. c, 5. b; *Kafli 2*: 6. a, 7. a, 8. b, 9. c, 10. d; *Kafli 3*: 11. c, 12. b, 13. c, 14. c, 15. a

Úrið: *Kafli 1*: 1. a, 2. c, 3. d, 4. c, 5. b; *Kafli 2*: 6. a, 7. c, 8. a, 9. b, 10. b; *Kafli 3*: 11. c, 12. b, 13. b, 14. d, 15. b

Kistan: *Kafli 1*: 1. c , 2. b, 3. a, 4. d, 5. c; *Kafli 2*: 6. a, 7. a, 8. b, 9. a, 10. d; *Kafli 3*: 11. c, 12. c, 13. d, 14. b, 15. b

Óþekkt landsvæði: *Kafli 1*: 1. b, 2. a, 3. d, 4. c, 5. d; *Kafli 2*: 6. c, 7. b, 8. d, 9. a, 10. d; *Kafli 3*: 11. c, 12. c, 13. c, 14. c, 15. b

Ósýnilega konan Lára: *Kafli 1*: 1. a, 2. b, 3. c, 4. c, 5. c; *Kafli 2*: 6. a, 7 .b, 8. c, 9. c, 10. a; *Kafli 3*: 11. d, 12. b, 13. b, 14. a, 15. c

Hylkið: *Kafli 1*: 1. c, 2. b, 3. b, 4. d, 5. d; *Kafli 2*: 6. b, 7. a, 8. d, 9. c, 10. b; *Kafli 3*: 11. c, 12. a, 13. a, 14. d, 15. b

Icelandic–English Glossary

A

að vera (einhverjum) um megn to be too much (for somebody)

aðferð (*f.*) process

aðgerð (*f.*) action, deed

aðhafast to act, to take action

aðskilinn (*adj.*) separate

af eigin rammleik on its own, by itself

afleiðing (*f.*) result, consequence

afmælisdagur (*m.*) birthday

akur (*m.*) field

alveg eins exactly the same, identical

alþjóðlega (*adv.*) internationally

anddyri (*n.*) entrance

arðbær (*adj.*) profitable

augnaráð (*n.*) look

Á

á (*f.*) river

á almannafæri in public, in a public place

á landsvísu on a national level

á þrotum to run out

áhyggjufullur (*adj.*) worried, anxious

áhætta (*f.*) risk

ársfjórðungur (*m.*) quarter (of a year)

ástand (*n.*) state, condition

ástæða (*f.*) reason

átta sig á to realise

áætlun (*f.*) plan, project

B

bakki (*m.*) bank, shore (of a river or lake)

banka to knock

Barbarí (*n.*) Barbary Coast

bardagamaður (*m.*) warrior

bátaleiga (*f.*) boat rental (shop)

benda to point

bilaður (*adj.*) broken

birgðir (*f. pl.*) resources, supplies

birtast to appear

bílskúr (*m.*) garage

bjarga to save, to rescue

bjóða to invite

blettur (*m.*) mark, patch

boða to call together, to summon

bollalaga (*adj.*) cupped

bón (*f.*) request

bóndabær (*m.*) farm

bóndi (*m.*) farmer

breyting (*f.*) change, difference

búast við to expect
búðir (*f.pl.*) camp
búningur (*m.*) costume

D

detta í hug to occur to, to be thought of
dó went dead
dót (*n.*) things, stuff
draga í efa to express doubts about, to question
drífa sig to come on, to get a move on
dula (*f.*) piece of cloth
dularfullur (*adj.*) mysterious
dýr (*adj.*) expensive

E

ef nauðsyn krefur if the situation demands, if necessary
efasemdir (*f. pl.*) doubt
efla to build up
efnahagslíf (*n.*) economy
eftirminnilegur (*adj.*) memorable, to remember
eiga við to mean
eiginleiki (*m.*) characteristic, attribute, *here:* factor
eigur (*f.pl.*) things, possessions
einbeita sér to focus, to concentrate
einkasafn (*n.*) private museum
einkennilegur (*adj.*) strange
einmana (*adj.*) lonely
einmitt (*adv.*) that's it
eins (*adj.*) identical

eins og það á að vera as it should be, right
eitthvað kemur bara ekki heim og saman something just doesn't add up
eitthvað kom upp á there was a problem
embætti (*n.*) official position, office
embættislegur (*adj.*) official
embættismaður (*m.*) official, public servant
endurskoða to review
ertu að grínast? are you kidding me?
eyðileggja to destroy

F

faðma to hug, to embrace
fallbyssa (*f.*) canon
fara að skellihlæja to burst out laughing, to suddenly start to laugh
fara af stað to start moving, to start walking
fara á loft to take off
fara illa to get ugly
fargjald (*n.*) fare
farmur (*m.*) load, cargo
farsími (*m.*) mobile phone, (*Am. Eng.*) cell phone
fast (*adv.*) tightly
feiminn (*adj.*) shy
fela to hide
fjárfesting (*f.*) investment
fjárhagsvandi (*m.*) financial difficulties

fjölga to grow

fljótlega (*adv.*) soon, before long

flugvöllur (*m.*) airport

flytja ræðu to make a speech

flytja to transport

flýta to hurry

forðast to avoid

forstjóri (*m.*) director

framfarir (*f. pl.*) progress

framkvæmdastjóri (*m.*) manager

framleiða to produce

framsækinn (*adj.*) advanced

friður (*m.*) peace

fugl (*m.*) bird

fulltrúi (*m.*) representative

furðu lostinn taken aback

furðu- surprisingly

furðulegur (*adj.*) strange

fúll (*adj.*) foul

fylgjast með to watch

fyrir víst exactly, for certain

fyrirmyndarstarfsmaður (m.) model employee

fyriрætlun (*f.*) plan, intention

fyrrverandi former

fæðast to be born

færni (*f.*) skill

G

galinn (*adj.*) crazy

gamaldags (*adj.*) old-fashioned, traditional

gaumgæfilega (*adv.*) carefully

gefa gaum to pay attention to

gefast upp to give up

geggjaður (*adj.*) cool

geimur (*m.*) space

gera einhverjum grikk to play a trick on someone

gera sér ljóst to realise

gera upp to renovate

gestur (*m.*) guest

gjörbreytast to change completely

glundroði (*m.*) chaos

goðsögn (*f.*) legend

gripur (*m.*) object, thing, article

gríðarlegur (*adj.*) huge

grín (*n.*) joke

grípa fram í to jump in

grunsamlegur (*adj.*) suspicious

gull (*n.*) gold

gullhálsmen (*n.*) gold necklace

gæta að to pay attention to

gæta to protect, to keep somebody safe, to look after, to care for

göngufólk (*n. sg.*) hikers

göngutúr (*m.*) walk

H

hafa augun með to keep an eye on (somebody or something)

hafa áhrif á to affect, to influence

hafa áhyggjur (*n. pl.*) to be not comfortable, to be anxious

hafa einhvern í hendi sér to have somebody in one's hands, to control completely

hafa gaman af to enjoy, to like

hafa samúð með to feel sorry for, to have sympathy for

hagnaður (*m.*) profit

halda to keep; to think

halda á floti to keep afloat, to keep going

hátíðarhöld (*n. pl.*) celebration

hefjast handa to get started, to get down to

hegðun (*f.*) behaviour

heill á húfi safely

heimsveldi (*n.*) empire

henda to throw

hennar er saknað she is missing

heppinn (*adj.*) lucky

herdeild (*f.*) military unit

hermaður (*m.*) soldier

hika to hesitate, to pause

hinkra to stay (for a short time)

hleðslutæki (*n.*) charger

hljóðlaus (*adj.*) silent

hljóðlega (*adv.*) quietly, in a quiet voice

hljómur (*m.*) sound, tone

hlutabréf (*n.*) (company) share, stock

hraðrúta (*f.*) express bus

hreimur (*m.*) accent

hress (*adj.*) happy, in a good mood

hrifsa to grab

hrinda to push

hringvegurinn (*m.*) ring road, route 1 main road around Iceland

hrista to shake

hrópa to shout

hræddur (*adj.*) scared, afraid, frightened

hræðilegur (*adj.*) terrible

hugmynd (*f.*) idea

hugsa mál til enda to think things through

hugur (*m.*) mind

hunsa to ignore

húð (*f.*) skin

húsvörður (*m.*) caretaker

hvað er að? what is the matter? what is wrong?

Hvað er um að vera? What is happening?

hverfa to disappear

hverfi (*n.*) neighbourhood

hvíld (*f.*) rest

hvísla to whisper

hylki (*n.*) capsule

hæð (*f.*) hill

hæfa to match

hæfur (*adj.*) skilled

hætta (*f.*) danger

höfðingi (*m.*) chief

hönnuður (*m.*) designer

I

innrita (í flug) to check in

í

í laginu in shape or structure
í skyndi quickly
í öll mál every meal
íbúð (*f.*) apartment
íhuga to consider
ímynda sér to imagine

J

jafnvægi (*n.*) balance

K

kaldhæðnislegur (*adj.*) ironic
kalla yfir öxlina to call back
kanna to explore
kappi (*m.*) hero, warrior
kastali (*m.*) castle
kaupmaður (*m.*) trader, merchant
keisari (*m.*) emperor
kemur ekki til greina no way, out of the question
kenning (*f.*) theory
keppinautur (*m.*) competitor
kerti (*n.*) candle
kinka kolli to nod
kista (*f.*) chest
kíkja á to have a look at
kjötsekkur (*m.*) sack, large bag with meat
kjötsúpa (*f.*) an Icelandic dish, broth with lamb, root vegetables and potatoes

klaufalega (*adv.*) awkwardly
klárast to be used up, to be finished
klikkaður (*adj.*) crazy
klofna to split, to divide
koma á óvart to come as a surprise
koma ekki vel saman to not get on, to not like each other
koma fyrir to happen to
koma í veg fyrir to stop something happening
koma sér í stellingar to get in position
komast að to find out
konungsríki (*n.*) kingdom
kraftur (*m.*) power
kringlóttur (*adj.*) round
kunna vel við to like
kunna við to like
kúla (*f.*) ball
kúnni (*m.*) customer
kveðja to say goodbye
kvikna to come on
kvíðinn (*adj.*) anxious, worried
kvöldmatur (*m.*) dinner
kynnast to meet, to get to know
kyrrð (*f.*) quiet, peace

L

lambakjöt (*n.*) lamb meat
landkönnuður (*m.*) explorer
landskiki (*m.*) piece of land
landsvæði (*n.*) territory
laskast be damaged

lausn (*f.*) solution
lás (*m.*) lock
látbrögð (*n. pl.*) gestures
leggja af stað to set off
leggja hart að sér to
  work hard
leggja til to suggest
leiðangur (*m.*) excursion, trip;
  expedition
leiðtogi (*m.*) leader
leigubíll (*m.*) taxi
leyndarmál (*n.*) secret
leyni- secret
leyniverkefni (*n.*) secret job
léttir (*m.*) relief
lifa af to survive
líkamsrækt (*f.*) gym, sport
  centre
líta eftir to look after, to
  watch over
ljótur (*adj.*) ugly
loðinn (*adj.*) hairy
lofa góðu to have potential,
  to look promising
lyf (*n.*) drug
lyfta (*f.*) lift
lygi (*f.*) lie
lýsast upp to light up
læti (*n. pl.*) noise, disturbance
löggjöf (*f.*) law, legislation

M

mannfjöldi (*m.*) crowd
mannskapur (*m.*) men
markaðstorg (*n.*) market
  square
markmið (*n.*) goal

matarskortur (*m.*) shortage
  of food
matseðill (*m.*) menu
málmur (*m.*) metal
máttur (*m.*) power
með gætni cautiously
meðferð (*f.*) treatment
meðvitundarlaus (*adj.*)
  unconscious
meiddur (adj.) hurt, injured
mein (*n.*) harm, hurt
meta mikils to appreciate, to
  value highly
mér þykir það leitt I'm sorry
miða áfram to progress
Miðjarðarhaf (*n.*)
  Mediterranean Sea
mikil ósköp! an exclamation
  of surprise or admiration
minna á to remind one of
mjúkur (*adj.*) soft
munaðarleysingjahæli (*n.*)
  orphanage
myndarlegur (*adj.*) handsome
mynstur (*n.*) pattern
mæla með to recommend
möguleiki (*m.*) opportunity,
  chance, possibility

N

ná to reach
nákvæmlega (*adv.*) exactly
nálgast to approach
nema staðar to stop, to halt
neyða to force
niðurstaða (*f.*) conclusion
njósnari (*m.*) spy

Norður-Atlantshaf (*n.*) North Atlantic Ocean

notfæra (sér) to use (for our own purposes)

nytjaplanta (*f.*) crop

nýlenda (*f.*) colony

nærvera (*f.*) presence

O

okkur er óhætt we are safe

okkur mistekst we will fail

orkudrykkur (*m.*) energy drink

orrusta (*f.*) battle

Ó

ósýnilegur (*adj.*) invisible

óviðbúinn (*adj.*) unprepared, not ready

óvæntur (*adj.*) surprising

P

poki (*m.*) bag

R

rafhlaða (*f.*) battery

rafvirki (*m.*) electrician

raunveruleikinn tekur við reality sinks in, one begins to understand the truth of what is happening

ráðast á to attack

ráðherra (*m.*) minister

ráðsmaður (*m.*) housekeeper

reiðubúinn (*adj.*) ready

reiður (*adj.*) angry

reka með tapi to make a loss, to lose money

riddari (*m.*) knight

rifrildi (*n.*) quarrel, argument

ringlaður (*adj.*) confused

roðna to blush

rolla (*f.*) scroll

róa to row; to calm down

rólegheit (*n. pl.*) quiet

rólegur (*adj.*) feeling calm, comfortable, calm; quiet

ryk (*n.*) dust

S

salur (*m.*) (large) room

samband (*n.*) connection

samfélag (*n.*) community

samsinna to agree

samskipti (*n. pl.*) contact, relations

samstundis (*adv.*) right away

samtengdur (*adj.*) joined, connected

sannfæring (*f.*) conviction, belief

sannleikur (*m.*) the truth

seðlabúnt (*n.*) pile of paper money

seilast to reach, to stretch

seinnipartinn in the afternoon

semja to agree, negotiate

sérstakur (*adj.*) particular

sigra to beat

sífellt (*adv.*) more and more

símaklefi (*m.*) phone box

sjálfboðaliði (*m.*) volunteer

sjálfstæður (*adj.*) independent

sjóræningi (*m.*) pirate

sjúkdómur (*m.*) disease, illness

sjúkrahús (*n.*) hospital

skattur (*m.*) tax

skegg (*n.*) beard

skelfing (*f.*) panic

skepna (*f.*) creature, animal, beast

skilyrði (*n.*) condition

skip (*n.*) ship

skipa to demand, to order

skipa sér í hópa to form groups

skipstjóri (*m.*) captain

skipta liði to split up

skiptinemi (*m.*) exchange student

skipuleggja to organise

skipun (*f.*) order, command

skipverji (*m.*) crew member

skína to shine

skjálfa to shake

skjóta to fire

skógarþykkni (*n.*) thicket, clump of trees

skógur (*m.*) woods

slá to hit

slást í hópinn to join a group

sleppa to get away; to release; to let go of

sléttur (*adj.*) level

slokkna to go out

slys (*n.*) accident

smekkur (*m.*) taste

snautaðu í burtu! get lost! shove off!

snið (*n.*) design, pattern

snúast um to be about (a subject)

snyrtilegur (*adj.*) neat

snögglega (*adv.*) suddenly, abruptly

sparka to kick

spýta (*f.*) stick, piece of wood

starf (*n.*) job

stefna (*f.*) course, direction; policy

stefna á to head for

steinbrú (*f.*) stone bridge

sterkbyggður (*adj.*) stout

sterklegur (*adj.*) fit, sturdy, powerful, strong

stinga af to go off, to go away

stígur (*m.*) path

stílabók (*f.*) writing-pad, notebook

stjórnarráð (*n.*) government offices

stjórnun (*f.*) administration

strangur (*adj.*) strict

strjúka to run away

strönd (*f.*) beach

stuðla að to help with, to support

stuðningur (*m.*) support

sturta (*f.*) shower

stýrishjól (*n.*) helm

stöð (*f.*) station

stöðuvatn, vatn (*n.*) lake

svartklæddur (*adj.*) dressed in black

svipur (*m.*) look (in [his] eyes), expression, face
svíkja to betray
syfjulegur (*adj.*) sleepy
systkin (*n. pl.*) siblings
særa to hurt
sönnunargagn (*n.*) evidence

T

taka eftir to notice
taka sig til to get ready
taka utan af to unwrap
takki (*m.*) button
tala (*f.*) number
talstöð (*f.*) radio
tekjur (*f. pl.*) income
teygja úr sér to stretch, to move around, usually after being still for a time
tilbúinn (*adj.*) ready
tilgangur (*m.*) purpose
tilraun (*f.*) attempt
tilviljun (*f.*) coincidence
tímaferðalag (*n.*) time travel
tjald (*n.*) tent
tjá sig to express oneself, to communicate
tortryggnislega (*adv.*) suspiciously
tómur (*adj.*) empty
treysta to trust
troðfullur (*adj.*) packed, very full
týnast to get lost (so that you cannot find it)
tækni (*f.*) technology

töfradrykkur (*m.*) magic potion
töfrakraftur (*m.*) magic powers
tölvuhugbúnaður (*m.*) computer program, software

U

um hvað þetta snýst what this is about
um leið og once, as soon as
umboðsskrifstofa (*f.*) agency
umfram allt above all, most importantly
undireins (*adv.*) immediately
undrun (*f.*) surprise, wonder
uppáhald (*n.*) favourite
uppákoma (*f.*) *here:* performance, *can also mean:* happening
upprunalega (*adv.*) originally, to start off with
upprunalegur (*adj.*) original
uppspretta (*f.*) fountain
uppurinn (*adj.*) gone, used up

Ú

úfinn (*adj.*) rough
úrskurða to judge
úrsmiður (*m.*) watchmaker
útilokaður (*adj.*) impossible

V

vakna to wake up
vald (*n.*) power

vandræðalegur (*adj.*) embarrassed

vani (*m.*) custom, habit

vanur (*adj.*) used to, accustomed to

varlega (*adv.*) carefully, with care

vasaljós (*n.*) torch

vasi (*m.*) pocket

veiðar (*f. pl.*) hunting

veifa to wave

veikur (*adj.*) sick, ill

veitingahús (*n.*) restaurant

vel til fara dressed nicely

velta sér to roll

verða dimmt to go dark

verðmætur (*adj.*) valuable

verkefni (*n.*) project; mission

verkstæði (*n.*) workshop

verslunarmiðstöð (*f.*) shopping centre

vél (*f.*) engine

viðbjóður (*m.*) disgust

viðburður (*m.*) event, incident

viðfangsefni (*n.*) task, project, challenge

viðskipti (*n. pl.*) business

viður (*m.*) wood

viðvörun (*f.*) warning

villast af leið to get lost, to go off course

villast to get lost, to lose one's way

vina (*f.*) sweetie (used of a female)

virða fyrir sér to observe, to study

virðing (*f.*) respect

vísa til vegar to show the way

vísindaskáldsaga (*f.*) science fiction novel

vonsvikinn (*adj.*) disappointed

vænast to hope, to expect

vöðvi (*m.*) muscle

vörubíll (*m.*) lorry

Y

yðar hátign Your Majesty

yfirgefa to leave, to abandon

Þ

það er satt there are, for sure

það rennur upp ljós fyrir henni she suddenly realises

það sem til þurfti the resources

þagna to stop talking

þagna um stund to fall silent for a while

þegja to say nothing, to be silent, to keep quiet

þekja to cover

þeytast to race, to move very quickly

þjónusta (*f.*) service

þolinmóður (*adj.*) patient

þolinmæði (*f.*) patience

þorna upp to dry up

þreyttur (*adj.*) tired

þrífa í to grab

þrýsta á to put pressure on

þú átt eftir að gjalda þess
  it will be the end of you
þykjast to pretend, to act
þýða to mean
þögn (f.) silence

Æ

æstur (*adj.*) *here:* madly (adv.)
ættingi (*m.*) family member
ættleiða to adopt

Ö

örlög (*n. pl.*) fate
örmögnun (*f.*) exhaustion
örugglega (*adv.*) definitely
öryggisvörður (*m.*) security
  guard

Acknowledgements

If my strength is in the ideas, my weakness is in the execution. I owe a huge debt of gratitude to the many people who have helped me take these books past the finish line.

Firstly, I'm grateful to Aitor, Matt, Connie, Angela and Maria for their contributions to the books in their original incarnation. To Richard and Alex for their support in expanding the series into new languages.

Secondly, to the thousands of supporters of my website and podcast, *I Will Teach You a Language*, who have not only purchased books but who have also provided helpful feedback and inspired me to continue.

More recently, to Sarah, the Publishing Director for the *Teach Yourself* series, for her vision for this collaboration and unwavering positivity in bringing the project to fruition.

To Rebecca, almost certainly the best editor in the world, for bringing a staggering level of expertise and good humour to the project, and to Nicola, for her work in coordinating publication behind the scenes.

My thanks to James, Dave and Sarah for helping *I Will Teach You a Language* to continue to grow, even when my attention has been elsewhere.

To my parents, for an education that equipped me for such an endeavour.

Lastly, to JJ and EJ. This is for you.

Olly Richards

Notes

Use *Teach Yourself Foreign Language Graded Readers* in the Classroom

The *Teach Yourself Foreign Language Graded Readers* are great for self-study, but they can also be used in the classroom or with a tutor. If you're interested in using these stories with your students, please contact us at learningsolutions@teachyourself.com for discounted education sales and ideas for teaching with the stories.

Bonus story

As a special thank you for investing in this copy, we would like to offer you a bonus story – completely free!

Go to readers.teachyourself.com/redeem and enter **bonus4u** to claim your free Bonus Story. You can then download the story onto the Language Readers app.

DREKINN

Drekinn sá örina fara fram hjá. Hann leit niður. Svo lenti drekinn á torgi þorpsins. „JÓÓÓIIII…?" sagði drekinn…